எனக்கும் பிடிக்கும்

ப. திருமாவேலன்

டிஸ்கவரி புக் பேலஸ்
கே.கே.நகர் மேற்கு, சென்னை - 600 078.
(பாண்டிச்சேரி கெஸ்ட் ஹவுஸ் அருகில்)
Ph: 044-4855 7525 Mobile: +91 87545 07070

எனக்கும் பிடிக்கும்
ப. திருமாவேலன்©

Enakkum Pidikkum
Pa.Thirumavelan©

1st Edition: December - 2019
Pages : 96
ISBN : 978-93-89857-06-1
Cover Design: A. Nanmaran

Discovery Book Palace (P) Ltd,
6, Mahaveer Complex, Munusamy Salai,
K.K.Nagar West, Chennai-600 078.
Ph: +91 - 44-4855 7525
Mobile: +91 87545 07070

E-mail: **discoverybookpalace@gmail.com,**
Website: www.discoverybookpalace.com

Rs. 120

முன்னுரை

எனக்குப் பிடித்ததுதான் மற்றவர்களுக்கும் பிடிக்கவேண்டும் என்று அவசியம் இல்லை. ஆனால் மற்றவர்களது விருப்பங்கள் பலநேரங்களில் நமக்கும் பிடித்ததாக அமைந்துவிடுகின்றன. சமூக விலங்கான மனிதனுக்கு சுய விருப்பங்கள் பெரும்பாலும் பொதுமையானதாகத்தான் அமையும். அப்படி அமைந்தால்தான் அவன் சமூக மனிதன். இல்லாவிட்டால் அவன் தனிமனிதன். குண்டுச்சட்டிக்குள் குதிரை ஓட்டுபவன்!

நான் எழுதிய தொடர்களில் எனக்குப் பிடித்த தொடர் இது. எனக்குப் பிடிக்கும் என்பது ஆனந்தவிகடனில் அதற்கான தலைப்பாக அமைந்திருந்தது. இது புத்தகமாக ஆகும்போது, 'எனக்கும் பிடிக்கும்' என்ற தலைப்பாக 'உம்' சேர்ந்துள்ளது. எனக்கும் பிடிக்கும் என்பதால்தான் 'எனக்குப் பிடிக்கும்' என்பதாக அப்போது எடுக்கப்பட்டது. எழுதப்பட்டது. வாசிக்கத் தரப்பட்டது. இன்று புத்தகமாகவும் ஆக்கப்படுகிறது.

வார இதழ்களில் வெளியாகும் தொடர்கள் அந்த வாரத்தோடு முடிந்து விடுபவையோ முற்றுப்பெற்று விடுபவையோ அல்ல. அதற்கு ஆயுள், அதனையும் தாண்டி நீளமானது என்பதை நிரூபித்தவை எத்தனையோ பல நூறு தொடர்கள். பெரும்பாலான புனைவுகளும், அ - புனைவுகளும் தொடராக வந்து மீண்டும் புத்தகமாகத் 'தொல்லை' தந்தவை, தருபவைதான். அத்தகைய தொடர்களாக எனக்கு வாய்த்தவை சில.

ப. திருமாவேலன்

ஜூனியர் விகடனின் வெளியான 'பெரியோர்களே தாய்மார்களே!' என்பது ஒன்று. 'சுதேசி தேசம் சுரண்டப்பட்ட வரலாறு' என்பது இரண்டு. இவை இரண்டும் விகடன் பிரசுரங்களாக வெளியாகிவிட்டது.

ஆனந்த விகடனில் வெளியான, 'நினைவுச்சிறகுகள்' தொடரை 'பரிசல்' செந்தில்நாதன், 'கடந்த காலத்தின் கனத்த சாட்சியங்கள்' என்ற நூலாக வெளியிட்டுள்ளார். இன்னொரு தொடரான 'எனக்குப் பிடிக்கும்' என்பதை 'எனக்கும் பிடிக்கும்' என்ற தலைப்பிட்டு இதோ டிஸ்கவரி வேடியப்பன் எடுத்து வருகிறார். அவரைத் தூண்டியவர் புதுவை இலக்கியத் தென்றலை நித்தமும் புதுப்பித்து வரும் என் அருமை நண்பர் பி.என்.எஸ்.பாண்டியன். எனது வாழ்வியல் வழிகாட்டிகளில் ஒருவரான பிரபஞ்சனின் இறுதிக்கால வாழ்க்கையை மேலும் சில ஆண்டுகள் நீட்டித்த பிரம்மன் (ஒரு அடையாளச் சொல்லாக இங்கு பயன்படுத்தப்படுகிறது!) அவர். எழுத்தில் கருணை காட்டலாம், எவ்வளவு வேண்டுமானாலும். அதற்கு 'உழைப்பு' தேவையில்லை. ஆனால் வாழ்வில் கருணை காட்ட நினைத்தால் அதற்கு 'இழப்பு' அதிகம் தேவை. அத்தகைய குணம் கொண்ட பாண்டியன்தான், இந்தத் தொடரை புத்தகம் ஆக்கத் துடித்தார். அவருக்கும் இது பிடித்திருக்கிறது. பாண்டியன் சொன்னதும் வேடியப்பனும் விரும்பி இருக்கிறார். அவருக்கும் இது பிடித்திருக்கிறது.

நல்லகண்ணு, சின்னக்குத்தூசி, வைகோ, திருமாவளவன், சாமியப்பன், டிராபிக் ராமசாமி, நாஞ்சில் சம்பத், நீதியரசர் சந்துரு, தமிழருவி மணியன், கோணங்கி, ஓசை காளிதாஸ், தியாகு, முகமது அலி, டி.எம்.கிருஷ்ணா, ஜோ.டி.குரூஸ், உதயசந்திரன், கு.ஞானசம்பந்தன், எவிடென்ஸ் கதிர், வேலுசரவணன் ஆகியோரை யாருக்குத்தான் பிடிக்காது.

அவர்கள் சொல்லும் தமிழ்மொழி, அரசியல், போராட்டம், எழுத்து,நீதி, மேடை, பத்திரிகை, காடு, இசை, கடல், மரம், புத்தகம், பேச்சு, நகைச்சுவை, மனிதஉரிமை, குழந்தைகள் ஆகியவற்றையும் யாருக்குத்தான் பிடிக்காது!

எனக்கும் பிடித்ததைப்போல உங்களுக்கும் பிடிக்கும். ஏனென்றால் இவை அனைத்தும் மனித சமுதாயத்தை இறுக்கிப் பிணைத்து வைத்திருக்கும் பசைகள். மனிதனைப் பிரிக்கும் எதையும் வெறுக்க வேண்டும். மனிதனை பிணைக்கும் எதையும் பிடிக்க வேண்டும். பற்றிக்கொள்ள வேண்டும். அப்படிப் பற்றிக்கொண்ட மனிதர்களைத்தான் இதில் நீங்கள் சந்திக்கப் போகிறீர்கள்.

பற்றற்ற மனிதன் என்றால் யார்? எந்தப் பற்றும் இல்லாதவனா? இல்லை. பற்று இருக்கவேண்டும். பற்று இருந்தால்தான் அவன் மனிதன். எதில் பற்று என்பதுதான் கேள்வி. லௌகீகப் பொருள்களில் பற்றா, மானுட மேன்மையில் பற்றா என்பதுதான் விடை காணவேண்டிய பதில். எந்தப் பற்றும் அற்ற நல்லகண்ணுக்கு மானுடப்பற்று தேவைக்கு மேல் இருக்கிறது. குடும்பம், குட்டி, சொந்தம், பந்தம் என எந்த ஆசையும் இல்லாத சின்னக்குத்தூசி திருவல்லிக்கேணி அறையில் லட்சக்கணக்கான காகிதங்களோடு வாழ்ந்தார் என்றால் அவரை பற்றற்றவர் என்று எப்படிச் சொல்ல முடியும்? பத்திரிகைகளைப் பற்றி நின்றார் அவர். இப்படி ஒவ்வொருவரையும் சொல்ல முடியும். அது முன்னுரையை வீக்கம் அடைய வைக்கும்.

மனித சமுதாயத்தை தொல்காலம் முதல் கீழடியை மீட்ட இந்தக் காலம் வரை ஒரு அறம்தான் நகர்த்தி வந்திருக்கிறது. அந்த அறத்துக்கு தமிழ் என்று பெயர். இசை என்று பெயர். அரசியல் என்று பெயர். சிறை என்று பெயர். போராட்டம் என்று பெயர். புத்தகம் என்று பெயர். காடு என்று பெயர். இப்படி எத்தனையோ பெயர். அந்தப் பெயரை காலம்தோறும் உயிர்ப்பித்து வந்தவர்களும் எத்தனையோ பேர். அந்த வரிசையில் இந்த நூற்றாண்டில் இருக்கும் சில பெயர்கள், முகங்கள்தான் இங்கு நீங்கள் பார்க்க இருப்பது.

நான் சொல்வது கொஞ்சம் அதிகப்படியாகத் தெரியலாம். ஆனால் சரியாகத்தான் சொல்லி இருக்கிறேன் என்பதை இப்புத்தகத்துக்கான முடிவுரையை உங்கள் மனதில் நீங்கள் எழுதும்போது நீங்களே எழுதுவீர்கள்!

வணக்கமும்! நன்றியும்!

ப.திருமாவேலன்
24.12.2019

பொருளடக்கம்...

1.	இரா. நல்லகண்ணு	11
2.	சின்ன குத்தூசி	15
3.	வைகோ	19
4.	தொல் திருமாவளவன்	23
5.	சாமியப்பன்	27
6.	டிராபிக் ராமசாமி	32
7.	நாஞ்சில் சம்பத்	36
8.	நீதிபதி சந்துரு	41
9.	தமிழருவி மணியன்	45
10.	கோணங்கி	50
11.	ஓசை காளிதாஸ்	55
12.	தியாகு	60
13.	முகமது அலி	64
14.	டி.எம்.கிருஷ்ணா	69
15.	ஜோ.டி.குருஸ்	73
16.	உதயச்சந்திரன்	78
17.	கு.ஞானசம்பந்தன்	82
18.	எவிடென்ஸ் கதிர்	87
19.	வேலு சரவணன்	92

இரா. நல்லகண்ணு

நல்லகண்ணு... ஆளைச் சரியாகவே அடையாளம் காட்டும் பெயர்!

அரசியல் உலகத்தில் சாதாரணமான விவசாயியைப் போலவே வலம் வந்து பண்பாட்டை விதைத்தவர். 95 வயதிலும் எந்த சஞ்சலம், சலனங்களுக்கும் ஆட்படாமல் வாழும் வரலாறு!

"மெகாப் போனைக் கையில் தூக்கி' என்று தணியும் இந்த சுதந்திரத்தாகம்... என்று மடியும் எங்கள் அடிமையின் மோகம் என்று பாடிக்கொண்டு ஸ்ரீவைகுண்டம் தெருவில் 12 வயதில் அலைந்தேன். 70 ஆண்டுகளுக்குப் பிறகு இன்று லெதர் பையைத் தூக்கிக் கொண்டு தொழிலாளர், விவசாயிகள் மேம்பாட்டுக்காக அலைகிறேன். அரசியலில் நுழைந்தால் பதவி வாங்கலாம், பணம் சம்பாதிக்கலாம், அதிகாரத்தை அனுபவிக்கலாம் என்றுதான் பலரும் நினைத்து அதைக் கொச்சைப்படுத்துகிறார்கள். ஒருவன் எந்தக் கொள்கைக்காக வாதாடிப் போராடுகிறானோ அதற்கு வெற்றி கிடைக்கும்போது கிடைக்கிற சந்தோஷத்துக்கு எத்தனை கோடிப் பணமும் ஈடாகாது. உண்மையில் நான் மகிழ்ச்சியாக இருக்கிறேன்.

அடிமை இந்தியாவில் பிறந்த தலைமுறையைச் சேர்ந்தவன் நான். அன்றைய நிலையில் வாழ்ந்தவர் அனைவரும் அரசியல் தழும்பு வாங்காமல் இருக்க முடியாது.

சுதந்திரம், விடுதலை என்ற வார்த்தைக்கு முழு அர்த்தம் தெரியாமல் பாரதியார் பாட்டை பஜனைக் கோஷ்டிகளோடு சேர்ந்து பாடிக்கொண்டு போனேன்.

என் அப்பாவுக்கு இதெல்லாம் பிடிக்காமல், 'பாட்டுப் பாடிக்கிட்டு தெருத் தெருவாச் சுத்துறியாமே? ஒழுங்காப் படிச்சு முன்னேறுற வழியைப் பாரு. இப்படியே அலைஞ்சீன்னா, மாமா மாதிரி காவல்கார வேலைக்கு அனுப்பிடுவேன்' என்று கண்டித்தார். அதிலிருந்துதான் எனக்கு அரசியல் ஆர்வம் அதிகமானது.

அப்போதுதான் முக்குளம் போலீஸ் இன்ஸ்பெக்டர் கொலை செய்யப் பட்டார். இதை விசாரித்த மலபார் போலீஸார் பொதுமக்களைக் கொடுமைப்படுத்தினார்கள். பள்ளி மாணவனாக இருந்த நாங்கள் இதைக் கண்டித்து ஊர்வலங்கள் போனோம். எஸ்.எஸ்.எல்.சி. முடித்த பிறகு திருநெல்வேலி இந்துக் கல்லூரியில் இன்டர்மீடியேட் படிக்கப் போனேன். கலைத் தொண்டர் கழகம் தொடங்கினோம். நாங்குநேரியில் ஆசிரியராக இருந்த நா.வானமாமலை எங்களது அரசியல் ஆர்வத்தை அறிவு பூர்வமாக ஆக்கினார். உணவுப் பஞ்சக் காலம் என்பதால், ரேஷன் கார்டுகள் வாங்குவதில் நிறையக் கட்டுப்பாடுகள் இருந்தன. மாணவர்களாகிய நாங்கள் உணவு கமிட்டி அமைத்து மக்களுக்கு கார்டுகளை வாங்கித் தந்தோம். அப்போது ஒரு பாட்டியிடம் கேட்டேன், 'பாட்டி! உங்களுக்கு எவ்வளவு வயல் இருக்கு?' என்று. 'வயிறுதான் இருக்கு பேராண்டி' என்று பதில் சொன்னார். வறட்சியும் வறுமையும் கலந்த இந்த வாழ்க்கை கம்யூனிஸ்ட் கட்சிக் கொடியை என் கையில் கொண்டுவந்து திணித்தது. அப்போது எனக்கு 18 வயது.

நெல், அரிசியைப் பதுக்கி வைப்பதைப் பலர் செய்வார்கள். இப்படி ஸ்ரீவைகுண்டம் பகுதியில் இரண்டாயிரம் மூட்டை நெல் பதுக்கி வைத்திருப்பதைக் கண்டுபிடித்து, ஜனசக்தி பத்திரிகையில் எழுதினேன். அதைப் படித்த கலெக்டர், உடனடியாக நடவடிக்கை எடுத்து அத்தனை மூட்டைகளையும் பறிமுதல் செய்தார். என்னுடைய முதல் நடவடிக்கை என்று பார்த்தால் இதுதான். இனிமேல் மக்களுக்காக முழு நேரமும் உழைப்பது என்று முடிவெடுத்தேன். அப்பாவிடம் சொல்லாமல் வீட்டைவிட்டு வெளியேறினேன். கம்யூனிஸ்ட் கட்சிக்குத் தடை விதிக்கப்

பட்டபோது நெல்லைச் சதி வழக்கில் கைது செய்யப்பட்டேன். ஏழு ஆண்டுகள் இருட்டறை வாழ்க்கை. நாங்கள்வெளியில் வந்தபோது நாடு சுதந்திரம் அடைந்திருந்தது. அன்று ஆரம் பித்தது அரசியல் பயணம். இன்று வரை தொடர்கிறது.

சுமார் 25 ஆண்டுகள் விவசாயத் தொழிலாளர் சங்கத்தின் தலைவராக இருந்தேன். 13 ஆண்டுகாலம் இந்திய கம்யூனிஸ்ட் கட்சியின் தமிழ் மாநிலச் செயலாளர், இப்போது மத்திய கமிட்டி உறுப்பினர் எனப் பொறுப்புகள் தொடர்ந்தாலும் இத்தனை ஆண்டுகாலத்தில் அடித்தட்டு மக்களுக்காக உழைத்தேன், அற்புதமான மனிதர்களுடன் பழகினேன் என்பதில்தான் மகிழ்ச்சியும் மனநிறைவும் அதிகமாகி வருகிறது. விவசாயிகள் இன்று அனுபவிக்கும் பல்வேறு சலுகைகள், நான் உள்ளிட்ட கம்யூனிஸ்ட் தோழர்களின் போராட்டத்தால் கிடைத்தவை. பசிக்குச் சாப்பாடும், படுக்கக் கொஞ்சம் இடமும் தவிர, வேலையாட்களுக்கு எந்தச் சலுகையும் கிடைக்காத நிலையில், பண்ணையாள் பாதுகாப்புச் சட்டம் கொண்டுவந்து கூலி நிர்ணயத்துக்குப் போராடியது எங்களது கட்சி. அடித்தட்டு மக்களுக்காக வாதாடினோம் என்பதைவிட வென்று காட்டினோம். வாழ்ந்த காலத்தில் அந்த உரிமையை மக்கள் அனுபவிப்பதைக் கண்ணால் பார்ப்பதுதான் அரசியல் எங்களுக்கு வழங்கிய சொத்தாக நினைக்கிறேன்.

என்னுடைய 80-வது பிறந்த நாளை முன்னிட்டு ஒரு கோடி ரூபாய் வசூலித்துக் கொடுத்தது கட்சி. அதை அந்த மேடையில் வைத்து கட்சிக்கே திருப்பிக் கொடுத்தேன். கோடி ரூபாயை வைத்து நான் என்ன செய்ய? தமிழக அரசு அம்பேத்கர் விருது கொடுத்து ஒரு லட்சம் ரூபாயை வழங்கியது. அதில் பாதியைக் கட்சிக்கும் மீதியை விவசாயத் தொழிலாளர் சங்கத்துக்கும் கொடுத்துவிட்டேன். கம்யூனிஸ்ட் கட்சியில் முழு நேர ஊழியராக இருந்தால் அலவன்ஸ் கொடுப்பார்கள். எனக்கு 2,500 ரூபாய் வருகிறது. என் மனைவி அற்புதம் ஆசிரியையாக இருந்து ஓய்வு பெற்றவர். அவருக்கு ஓய்வூதியமாக 4,500 ரூபாய் வருகிறது. இதுதான் எங்களது வாழ்க்கைச் செலவுக்கான தொகை. அப்பா காலத்து வீடு, ஊரில் இருக்கிறது. ஒரு ஏக்கர் நிலத்தில் கொஞ் சத்தை விற்றது போக பாக்கி மிச்சம் இருக்கிறது. இவை போதும் எனக்கு. இதற்கு மேல் வைத்திருந்து என்ன செய்யப் போகிறேன்?

நாங்கள் அரசியலுக்கு வந்த காலத்தில் இருந்த அரசியல் வேறு. இன்று எல்லாம் மாறிவிட்டது. பணம் கொழிக்கும் தொழிலாகவும், அதிகாரம் அனுபவிக்கும் இடமாகவும் உருமாறிவிட்டது.

மிக மோசமானவர்கள் இதில் முளைத்திருக்கலாம். ஆனால், அப்படிப்பட்டவர்களையும் உருத்தெரியாமல் அழிக்கவும் அரசியலால் தான் முடியும். அநியாயங்களைத் தட்டிக் கேட்கும் சக்தி இந்த அரசியலுக்குமட்டும் தான் இருக்கிறது. ஆள்வது யார் என்பதை விட யாருக்காக இந்த அரசாங்கம் இருக் கிறது என்ற கேள்வியில்தான் அரசியல் என்ற வார்த்தை அடங்கி இருக்கிறது.

வ.உ.சி–யும், பெரியாரும், சீனிவாச ராவும், ஜீவாவும் வலம் வந்த நாட்டின் அரசியல் இன்று தரம் தாழ்ந்திருப்பது உண்மை. அதற்காக நான் விரக்திஅடைய வில்லை. மாதத்தின் பல நாட்கள் வெவ் வேறு ஊர்களுக்குப் போய் வருகிறேன். அங்கெல்லாம் புதிய புதிய இளைஞர் களைப் பார்க்கிறேன். எந்த எதிர் பார்ப்புகளும் இல்லாமல், அனைத்துத் தியாகங்களுக்கும் தயாராக அந்த இளைஞர்கள் வெளிச்சத்துக்கு வராமல் வேலை பார்த்துக்கொண்டு இருக்கிறார்கள். இலங்கை அவலத்துக்கு எதிராக ஒரு மயான அமைதி நிலவியபோது தீக்குச்சி யைக் கொளுத்தி தன் உடம்பில் வைத்துக் கொண்டான் முத்துக் குமார். மணல் கொள்ளையைத் தடுத்த பாவத்துக்காக நெல்லை சுடலை முத்து, கள்ளச் சாராயத்தை ஊருக்குள் விடாமல் விரட்டியதற்காக திருவாரூர் ஜெயக்குமார், சேலம் சிவக்குமார் போன்ற இளைஞர்கள் கொலை செய்யப்பட்டார்கள். இவர்களது தியாகம்தான் அரசியல் அதிசயம். உயிருக்குப் பயப்படாத உற்சாகத்தை அரசியல் மட்டும்தான் தரமுடியும்.

'ஏந்திய கொள்கையார் சீறின் இடைமுறிந்து வேந்தனும் வேந்து கெடும்' என்றார். திருவள்ளுவர். உயர்ந்த கொள்கையை உடையவர்கள் சீறினால், நாட்டை ஆளுகின்ற அரசனும் இடை நடுவே முறிந்து அரசு இழந்து கெடுவான் என்பது பொருள்.

அதிகார மமதையில் ஆடியவர்களை, வெறும் கையோடு வீட்டுக்கு அனுப்பிவைக்கும் சக்தி இந்த அரசியலுக்கு மட்டும்தான் இருக்கிறது. நான் சொன்ன எல்லா வார்த்தைகளிலும் அரசியல் இருக்கிறது. அதில் இல்லாதது எதுவும் இல்லை!"

❋

சின்னக் குத்தூசி

*சி*ன்னக் குத்தூசியின் எழுத்துக்கள் எதிரிகளைக்குத்திக் கிழிக்கும். ஆனால், அவரைச் சந்தித்தால் அன்பான வார்த்தைகள் கிழிசல்கள் தைக்கும். பத்திரிகை எழுத்துக்கு இவரே இலக்கணம். இளம் பத்திரிகையாளர்களுக்கு இவரே புகலிடம்!

"மாதவி, தமிழ்ச்செய்தி, நாத்திகம், அலை ஓசை, எதிரொலி, முரசொலி, இவை நான் விரும்பிப் படித்த பத்திரிகைகள் அல்ல. நான் வேலை பார்த்த பத்திரிகைகள்.

கொக்கிரக்குளம் சுல்தான் முகமது, காமராஜ் நகர் ஜான் ஆசீர்வாதம், ஆர்.ஓ.மஜாட்டோ, தெரிந்தார்க்கினியன், திட்டக்குடி அனீப், தர்மபுரி வெங்கடேசன்... இதெல்லாம் நான் வாசிக்கும் பத்திரிகையாளர்களின் பெயர்கள் அல்ல. என் பெயர்கள்தான். வேறு வேறு பத்திரிகைகளில் விதவிதமான பெயர்களில் வலம் வந்தவன், கடைசியாக முரசொலியில் சின்னக் குத்தூசியாக அடைக்கலமாகி இருக்கிறேன். யாராவது எனக்கு போன் செய்தால், 'தியாகராசன்.. வணக்கம்' என்றுதான் கூறுகிறேன். ஆனால், என்னை யாரும் அப்படி அழைப்பதில்லை. அனைவருக்கும் நான் சின்னக் குத்தூசிதான்.

ப. திருமாவேலன் ⊙

பெரியாரின் தளபதியாக இருந்த குருசாமி, 'விடுதலை'யில் குத்தூசி என்ற பெயரில் தினந்தோறும் பலசரக்கு மூட்டை எழுதுவார்.

அவரின் எழுத்தால் கவரப்பட்ட நான், சின்னக் குத்தூசியாக என்னை மாற்றிக்கொண்டேன். புனைபெயரே இயற்பெயரை மறைக்கும் அளவுக்குப் பத்திரிகைகள் மீது மோகம் கொண்டவனாக நான் வளரக் காரணம், எங்கள் திருவாரூர் குளத்தங்கரை.

என் அம்மா, பெரிய வீடுகளில் பாத்திரம் தேய்க்கும் வேலை பார்த்து வந்தார்கள். அவர்களுடன் அந்தந்த வீடுகளுக்கு நானும் போய் வருவேன். அவர்கள் வேலை பார்த்துக்கொண்டு இருக்கும்போது நான் அங்கே இருக்கும் பத்திரிகைகளைப் படிப்பேன். ஆனந்த விகடன், கல்கி, கலைமகள் ஆகிய மூன்றும் அவர்களின் வீடுகளில் இருக்கும். அந்த வீடுகளுக்குப் பத்திரிகைகளை வாங்கி வர கடைக்கு என்னைத்தான் அனுப்புவார்கள். பத்திரிகைகளை வாங்கி வரும்போது திருவாரூர் குளத்தங்கரை படித்துறையில் வைத்துப் படித்து விட்டுத்தான் கொண்டுபோய்க் கொடுப்பேன்.

இந்த ஆர்வத்தால் சிறுவர் இதழ்களில் எழுத ஆரம்பித்தேன். பாப்பா மலர், டமாரம், மிட்டாய், அணில் என்று அப்போது வந்த அத்தனை பத்திரிகைகளுக்கும் எழுதினேன். கண்ணதாசனின் தென்றல், ஜீவாவின் தாமரை இதழ்களில் எழுதி இருக்கிறேன். நாரண துரைக்கண்ணனின் பிரசண்ட விகடனில் 'ஓடும் ரயிலிலே' என்று 26 வாரத் தொடர்கதை எழுதினேன். அது 1956-ம் ஆண்டாக இருக்கலாம். 50 ஆண்டுகளைக் கடந்த பிறகும் தாள்களைக் காதலித்துக்கொண்டுதான் இருக்கிறது எனது பேனா!

பெரியார்தான் என்னை ஆசிரியர் பயிற்சிப் பள்ளியில் இடம் வாங்கிக் கொடுத்துப் படிக்க வைத்தவர். பாடப் புத்தகங்கள் வாங்கித் தந்தவர் அன்னை மணியம்மை. கொரடாச்சேரியில் நான் பள்ளி ஆசிரியராக இருந்தபோது, எழுத்தாளர் பி.சி.கணேசன் பேராவூரணியில் தலைமை ஆசிரியராக இருந்தார். அவரது நண்பர்கள் அனைவரும் ஆளுக்குக் கொஞ்சம் பணம் போட்டு 'மாதவி' பத்திரிகையை ஆரம்பித்தார்கள். அதன் ஆசிரியராக நான்தான் இருக்க வேண்டும் என்று சொல்ல, வேலையை ராஜினாமா செய்துவிட்டுப் போனேன். இரண்டரை ஆண்டுகள் வந்தது மாதவி. திடீரென்று நின்றது. மறுபடி வாத்தியார் வேலை.

பழ.நெடுமாறன் எனக்கு அந்தக் காலத்து நண்பர். அவர் 'குறிஞ்சி' பத்திரிகை நடத்தி வந்தார். அவர் போராட்டம், சிறை என்று போய்விட்டால், நான்தான் குறிஞ்சியைக் கவனித்துக்

கொள்வேன். நாங்கள் தி.மு.க-வில் இருந்த காலம் அது. அண்ணாவுக்கும் ஈ.வே.கி. சம்பத்துக்கும் பிரச்னை வந்தபோது சம்பத்துடன் நானும் விலகினேன். அவரின் 'தமிழ்ச் செய்தி' நாளிதழில் ஆசிரியர் ஆனேன். தன்னுடைய தமிழ் தேசியக் கட்சியைக் கலைத்துவிட்டு, காங்கிரஸில் அவர் இணைந்தபோது சில காலம் வேலை இல்லாமல் இருந்தேன். 'நாத்திகம்' இதழில் இடம் காலியாக இருப்பதாக நெடுமாறன் சொன்னார். அங்கு சேர்ந்தேன். அதன் பிறகு 'அலை ஓசை' போனேன்.

'அலை ஓசை'யில் வேலை பார்த்தாலும், 'நவசக்தி'க்குத் தலையங்கம் மட்டுமாவது எழுத வேண்டும் என்று பெருந்தலைவர் காமராஜர் கேட்டுக்கொண்டார். என்ன எழுத வேண்டும் என்று அவர் சொல்வார். நான் எழுதுவேன். 'அலை ஓசை' நாராயணன், தி.மு.க-வுக்கு எதிரான நிலை எடுக்கவே, அதிலிருந்து விலகினேன். ஆற்காடு வீராசாமி, 'எதிரொலி' ஆரம்பித்தார். நான்காண்டு காலம் அது நடந்தது. தொடர்ந்து நடத்த முடியவில்லை. 'இந்தியா டுடே' மாதிரி பத்திரிகை ஆரம்பிக்கப் போகிறேன்' என்று முரசொலி மாறன் என்னை அழைத்தார். முரசொலி அலுவலகம் போக ஆரம்பித்தேன். தினமும் நான் வந்துபோவதைக் கவனித்த கலைஞர், 'முரசொலியில எழுதுங்க' என்றார். 1984 முதல் முரசொலி என்னுடைய முகமானது. 96-ல் சிறு மனத்தாங்கல் ஏற்பட்டு வெளியே வந்தேன். நள்ளிரவில் கலைஞர் மிகக் கொடூரமான முறையில் கைதானபோது, 'முரசொலி'க்கு நானே போன் செய்து, இனி தொடர்ந்து எழுதுவதாகச் சொன்னேன். சொன்ன வாக்குறுதியை இன்று வரை காப்பாற்றி வருகிறேன். எனக்குப் பிடித்த பத்திரிகையாளர் கலைஞர். பத்திரிகைகள் குறித்த அவரது ஆர்வம், அர்ப்பணிப்பு, கவனம், துல்லியம் போன்றவை நான் அருகில் இருந்து அனுபவித்துப் பார்த்தது. அவர் இடத்தை நிரப்ப யாராலும் முடியாது.

எல்லா நோயும் வருகிறது, போகிறது. சிலது நிரந்தரமாகத் தங்கிவிட்டது. இதனால் நடக்கும்போது தள்ளாடுகிறது. ஆனால், எழுதும்போது நடுக்கம் இல்லை. கையில் பத்திரிகையைப் பிடித்தி ருக்கும்போது உற்சாகத்தை உணர்கிறேன். மாத்திரைச் செலவு அதிகம் ஆனதால்தான் பத்திரிகைகள் வாங்குவதைக் குறைத்தேன். இல்லையென்றால், புதிதாக வரும் அத்தனை இதழ்களையும் என்னைக் கேட்காமல் எடுத்து வந்து தந்துவிடுவார் கடைக்காரர். இது பத்திரிகையாளர்கள் அனைவரும் வந்து போகும் இடம். 30 வருடங்களாக ஒரே மேன்ஷனின் ஒரே அறையில்தான் இருந்தேன். என் சேகரிப்பான பத்திரிகைகளை வைக்க இடம் இல்லாமல்

பக்கத்து அறையையும் சேர்த்து வாடகைக்கு எடுத்துக்கொண்டேன். இந்தத் தூசிகள் அடைந்தே என் உடலைக் கெடுத்ததாக நண்பர்கள் சொல்கிறார்கள். 'ஏன் சார் இவ்வளவு பத்திரிகைகளைச் சேர்த்துவைக்கிறீங்க' என்று செல்லமாகக் கோபிக்கிறார்கள். சலூனில் முடி கிடப்பதை யாராவது குற்றம் சொல்வீர்களா? அதைப் போலத்தான் பத்திரிகையாளனது அறையில் இதற்கு இடமில்லாமல் எது இருக்க வேண்டும்?

அரசியல் இதழ்களுடன் மட்டுமல்ல சிற்றிதழ்களின் இலக்கிய ஆக்கங்கள் மீது அளவில்லாத பற்றுவைத்திருந்தேன். நான் ஓர் இயக்கம் சார்ந்த பத்திரிகையாளன்தான். எனவே, என்னுடைய எழுத்துக்கள் நடுநிலையானவை என்று நான் சொல்ல மாட்டேன். ஆனால், எப்போதும் நான் இயங்கிக்கொண்டு இருக்கப் பத்திரிகைகள் மட்டுமே காரணம்.

சமூகத்தின் கண்ணாடிகள் இந்தப் பத்திரிகைகள். அதிகாலை கண் விழிக்கும்போது உங்கள் முன் கிடக்கும் பத்திரிகையை நீங்கள் விரித்தால் உலகம் விரியும். புதிய செய்தி படிக்கும்போது புத்துணர்ச்சி வரும். ஒரு கேள்விக்குப் பதிலோ அல்லது புதிய கேள்வியோ உங்களது மனதில் உதிக்க நிச்சயம் பத்திரிகைகள்தான் காரண மாக இருக்கும். இந்தக் கோடிக்கணக்கான மக்கள் கூட்டத்தை அடுத்த கட்டத்துக்கு அழைத்துச் செல்வது யார் என்று நினைக்கிறீர்கள்? அந்தக் காரியத்தை பத்திரிகை கள்தான் செய்கின்றன. 'காரிருள் அகத்தில் நல்ல கதிரொளி நீதான்' என்று பத்திரிகைகளைப் பார்த்து பாரதிதாசன் சொன்னது வெறும் புகழ் அல்ல. சமூகம் கொள்ள வேண்டியது எது, தள்ள வேண்டியது என்று இந்தக் காகித வாத்தியார்கள் உங்களை எச்சரித்துக்கொண்டே இருக்கிறார்கள்.

'பத்திரிகையைப் பெண்' என்று வர்ணித்தார் பாரதிதாசன். அந்தப் பெண்ணுடன்தான் என் குடித்தனம் நகர்கிறது. சின்னக் குத்தூசி திருமணம் செய்துகொள்ளவில்லை என்று சொல்பவர்கள் இனியாவது திருத்திக்கொள்ளுங்கள்!"

✻

வைகோ

வைகோ... சொந்தக் கிராமமான கலிங்கப்பட்டிக்குப் போவதைப் போலவே சிரித்துக் கொண்டே செல்லும் இன்னோர் இடம்... சிறைச் சாலைகள். இதுவரை 28 தடவைகள்... சுமார் நான்காண்டு காலம்... மாநிலத்தில் இருக்கும் பெரும்பாலான மத்தியச் சிறைகளில் அவரது மூச்சுக் காற்று சுற்றி வந்திருக்கிறது. நிகழ்காலத் தலைவர்களில் அதிக காலம் உள்ளே இருந்த சிறைப் பறவை!

''நெடுநாட்கள் நீ பஞ்சணையில் புரண்டாய்
இப்போது காட்டுத் தரையில் படுத்துப் பார்!
கொதிக்கும் மணலில் உருளவும்
குளிர்ந்த நீரில் மூழ்கவும் கற்றுக்கொள்!
எத்தனை நாள்தான் குளிர் சோலையில் வாழ்வாய்?
மலையின் உச்சியில் ஒரு கூடு கட்டு!
வாழ்க்கைப் போராட்டத்துக்கு உன்னைப் பழக்கு!
உன் உடலையும் ஆன்மாவையும்
போட்டெடுக்கப் பழகிக்கொள்!

என்ற கவிஞன் இக்பாலின் வரிகளைப் படித்தவன், பழகியும் கொண்டவன் நான். 'துயரப்படுபவர்கள் பாக்கியவான்கள்; அவர்கள் ஆறுதல் அடைவார்கள்' என்கிறது விவிலியம். ஆம்! நான் பாக்கியவான்.

சிறைகள் கம்பீரமானவை. வீரமானவை. உன்னதமானவை. அதே நேரம், கண்ணீர் வரவழைப்பவை. இதில் வந்து போனவர் நிறைய. குற்றவாளிகளாக வந்து நல்லவர்களாக ஞானம் பெற்றவர் தொகையே அதிகம். மனிதனை ரசவாதம் செய்யும் செயலைச் சிறைகளைவிட்டால் யாரால் செய்ய முடியும்? அந்தச் சிறைகள்தான் என்னையும் செதுக்கின. பாளையங்கோட்டை, சேலம், வேலூர், சென்னை, திருச்சி மத்தியச் சிறைகள் என்னைப் பார்த்தவை.

1976, ஜனவரி, 30-ம் தேதி தி.மு.க. அரசு, பிரதமர் இந்திரா காந்தியால் கலைக்கப்பட்டது. அதற்கு மறுநாள் காலையில் நெல்லை மாவட்டத்தில் கைது செய்யப்பட்ட முதல் ஆள் நான்தான். என் மகன் துரை வையாபுரிக்கு மூன்றரை வயது. மகள் ராஜலட்சுமிக்கு ஒரு வயது இருக்கும். அப்போது டி.ஐ.ஜி-யாக இருந்த ராதா கிருஷ்ணராஜா, என்னைக் கைது செய்வதாகச் சொன்னார். அதிர்ச்சியே நான் அடையவில்லை. உள்ளே போனவன் டைரியை எடுத்து, 'என்னைக் கைது செய்து கொண்டுசெல்கிறார்கள்' என்று எழுதிவிட்டுக் கைதானேன். பாளை சிறையில் உள்ள மரண தண்டனைக் கொட்டடியில் கொண்டுபோய் போட்டார்கள். கம்பி வாழ்க்கை அன்று ஆரம்பமானதுதான். ஊராட்சி மன்றத் தலைவராக இருந்த எனக்கு, தி.மு.க-வினர் கறுப்பு சிவப்பு மோதிரம் போட்டிருந்தனர். சிறை விதிப்படி அதைக் கழற்றச் சொன்னார்கள். அன்று முதல் இன்று வரை நான் மோதிரமே அணிவதில்லை.

சிறை வாழ்க்கையை எப்படிக் கழிப்பது என்று நினைத்தபோது கண்டுபிடித்த வழிதான் வாலிபால். கல்லூரிக் காலம் முழுவதும் நான் வாலிபால் வீரன். காலையில் வாலிபால் ஆடுவோம். மாலையில் பட்டி மன்றங்கள் நடத்துவோம். டி.வி., ரேடியோ இல்லாத காலம். எனவே, வெளியே மைக் கட்டி பாட்டுப் போட்டால்தான் எங்களுக்குச் சந்தோஷ நாட்கள். 'மச்சானைப் பாத்தீங்களா... மலை வாழைத் தோப்புக்குள்ளே...', 'செந்தாழம் பூவில் வந்தாடும் தென்றல் உன் மீது மோதுதம்மா...' பாட்டையெல்லாம் முதல் தடவையாக சிறைக்குள் வைத்துத்தான் கேட்டேன். என்னைப் பார்க்க எங்கள் அம்மா வந்திருந்தார். 'மன்னிப்புக் கடிதம் எழுதிக்கொடுத்தால், உன்னை விட்டுவிடுவதாகச் சொல்கிறார்கள். ஆனால், என் மகன் தப்பு பண்ணிட்டு சிறைக்கு வரலை. அதனால, அவனை எத்தனை வருஷம் உள்ளே வைக்கிறாங்கன்னு பார்க்கிறேன்' என்று

தான் சொன்னதாகச் சொன்னார் என் தாய். இவர் வயிற்றில் பிறந்ததற்காகப் பெருமைப்பட்ட தினம் அது. நாங்கள் என்ன பேசிக்கொண்டு இருக்கிறோம் என்று புலனாய்வு அதிகாரிகள் பின்னால் நின்று கவனித்திருக்கிறார்கள். 'தி.மு.க-வினர் இப்படித் தங்கள் குடும்பங்களையும் கொள்கையுடன் வைத்திருப்பதால்தான் அந்தக் கட்சி வலிமையாக இருக்கிறது' என்று சொன்னார்களாம். ஓராண்டு காலச் சிறை வாசத்துக்குப் பிறகுதான் மிசா எங்களை வெளியேவிட்டது.

அரசியலமைப்புச் சட்டத்தைக் கொளுத்திய போராட்டத்தில் சிறைக்குள் அடைக்கப்பட்ட எனக்கு செய்தித்தாள் தர மறுத்தார்கள். அதைக் கண்டித்து ஐந்து நாட்கள் உண்ணாவிரதம் இருந்தேன். சிறைகள் எனக்குக் கற்றுத்தந்தவை அதிகம். அது பலரை அடையாளம் காட்டியது. அப்படி ஒரு சிறை நாளில்தான் நாஞ்சில் சம்பத் என்ற பேச்சாளனை நான் இனம் காணும் வாய்ப்பும் கிடைத்தது. இப்படி சிறை கொடுத்தது அதிகம்!

பொடா சிறைவாசம் என்னை 19 மாதங்கள் வதைத்தது. வேலூர் சிறைக்கு என்னைக் கொண்டு போய்க்கொண்டு இருந்தபோதே அத்தனை பத்திரிகைகளிலும் செய்திகள் வந்தன. அதில் ஒன்று வைகோ, அசைவ உணவுகளை அதிகமாக விரும்பிச் சாப்பிடுவார் என்று இருந்தது. சிறையில் மூன்று நாட்கள் அசைவம் உண்டு என்றாலும், நான் சிறைக் காலம் முழுவதும் சைவம் சாப்பிடுவ தென்று முடிவெடுத்தேன். எனக்கு மின்விசிறி கொடுத்தார்கள். அதையும் மறுத்தேன். மறுபடியும் வாலிபால் ஆரம்பிக்கலாம் என்று முடிவெடுத்தேன். வயதாகிவிட்டதே முன்பு போல் முடியுமா என்று யோசித்தேன். ஆறு அணிகளைத் தயாரித்து, ஐந்து டோர்னமென்ட் நடத்தினேன். காவிரிப் பிரச்னைக்காக என் பேச்சைக் கேட்டு 2,300 கைதிகளும் உண்ணாவிரதம் இருந்தார்கள். கண்ணதாசனா, பட்டுக்கோட்டையா?, காதல் திருமணமா, பெற்றோர் பார்த்துவைக்கும் திருமணமா? என்று பட்டிமன்றங்கள் நடத்தினேன். இரவு, பகல் பாராமல் படித்தேன். மொத்தம் 2,300 புத்தகங்கள் வேலூர் சிறைக்குள் எனக்கு வந்தன. 18 ஆயிரம் கடிதங்கள் வந்தன. நாள்தோறும் 30 கடிதங்கள் வீதம் நான் எழுதினேன். சுமார் 15 ஆயிரம் கடிதங்கள் எழுதியிருப்பேன்.

சிறைகளுக்கு வேண்டி விரும்பி நாங்கள் செல்வது இல்லை. ஆனால், சிறைக் கொட்டடியில் தள்ளுவோம் என்பது அதிகார வர்க்கத்தின் நோக்கமாக இருக்குமானால், அதை உதாசீனப்படுத்து வார்கள் போராட்டக்காரர்கள். 'வாழ்க்கை என்பது கடல்; புயல்

இல்லாத கடல் இல்லை. வாழ்க்கை என்பது வேள்வி; தீயில்லாத வேள்வி இல்லை. வாழ்க்கை என்பது போராட்டம்; புண் இல்லாத போராட்டம் இல்லை' என்ற காண்டேகரின் வார்த்தைகளைக் கல்லூரிக் காலத்தில் படித்தவன் நான்.

சுதந்திரம், விடுதலை என்ற வார்த்தைகளுக்கு இணையானது சிறைச்சாலை. 'இந்த நாட்டின் கௌரவம் நீதான்' என்று தாகூரால் பாராட்டப்பட்ட நேதாஜியும், எந்தப் பெயரைச் சொன்னால் இந்திய இளைஞர்களின் ரத்தம் கொதிக்குமோ, அந்த பகத்சிங்கும் வாழ்ந்த கோயில் அல்லவா சிறைகள்! தலைவர்களை இன்னும் பெரிய தலைவர்களாகத் தந்த இடம் சிறைகள்தான். பாசிச முசோலியின் இத்தாலியச் சர்வாதிகாரத்தைக் கிழவனாக இருந்தும் கேள்வி கேட்டார் உமர்முக்தார். 'நீ என்ன எனக்கு மரண தண்டனை தருவது? உலகில் உள்ள அனைத்து உயிர்களுக்கும் மரண தண்டனை என்பது கடவுளின் தீர்ப்பு' என்று தூக்கு மேடை ஏறினார் உமர். அடுத்த சில ஆண்டுகளில் சுட்டுக் கொல்லப் பட்ட முசோலினியின் தோலை உரித்து நடுவீதியில் தொங்கப் போட்டார்கள். சிறைக் கொட்டடியில் கட்டிவைத்து சவுக்கால் அடிக்கும்போதும் அதிகாரி முகத்தில் உமிழ்ந்தான் கரிபால்டி. சான்டியாகோவின் கிழக்குப் பகுதியில் இருந்த மான்கடா ராணு வத்தைத் தாக்கிய ஃபிடெல் காஸ்ட்ரோவைக் கைது செய்து நீதி மன்றத்தில் நிறுத்தினார்கள். 'எனக்குத் தண்டனைகொடுங்கள். அது எனக்கு ஒரு பொருட்டல்ல. ஆனால், வரலாறு என்னை விடுதலை செய்யும்' என்று பிளிறினான். இப்படிப்பட்ட இரும்புத் தலைவர்களைஅடையாளம் காட்டியவை சிறைகள்தான்.

'இனிமை விளையும் – ஏற்படும் இன்னல்களால்' என்பது ஷேக்ஸ்பியரின் வார்த்தைகள். நானும் சிறை வாழ்க்கையில் நேரத்தைச் செலவழிக்கவில்லை. வாழ்க்கையை வரவு வைக்கிறேன்!''

*

தொல். திருமாவளவன்

ஆளும் அணியில் அங்கம் வகித்தாலும், எதிர்க்கட்சிகளுடன் இணைந்திருந்தாலும் எதிர்நீச்சல்காரர் திருமாவளவன். அடங்க மறுப்பார். அத்துமீறுவார். எப்போதும் சீறிக்கொண்டே இருக்கும் சிறுத்தை இவர்!

''அடங்க மறு... அத்து மீறு...

திமிறி எழு... திருப்பி அடி!

நான் எழுப்பிய இந்த நான்கு முழக்கங்கள்தான் போராட்டக்காரனாக அடையாளப்படுத்தி உங்கள் முன்னால் உட்கார வைத்திருக்கிறது. அடக்கப்பட்ட சமூக மக்கள், தங்களுக்கு நியாயமாகக் கிடைக்க வேண்டிய உரிமைகளைச் சலுகைகளாக யாசித்துப் பெற்ற காலம் ஒன்று இருந்தது. அது ஏதோ பிச்சைப் பொருளாக வழங்கப்பட்டது.

ஆனால், தங்கள் உரிமைகளை அடித்துப் பறித்தால் மட்டும்தான் முழுமையானதாகப் பெற முடியும் என்பதுதான் இன்றைய யதார்த்தம். எனவேதான், எதிர்ப்பு என்னுடைய ரத்தம் கலந்த குணமானது.

ஆடுகள் எல்லாவற்றுக்கும் தலையாட்டும். சிங்கம் சீறும். இதை உன்னிப்பாகக் கவனித்த அம்பேத்கர் சொன்னார், 'ஆடுகளைத்தான் பலியிடுகிறார்கள்... சிங்கங்களை அல்ல'.

தலையாட்டிப் பொம்மைகளுக்கு இந்தச் சமூகத்தில் எந்த மரியாதையும் கிடையாது என்பதை நன்கு உணர்ந்தவன் நான்.

'நன்றி கொன்றவர்களால் நீ ஒதுக்கப்பட்டாலும், உனக்கு உரிய சிறப்பு மறுக்கப்பட்டாலும் திருப்பித் தாக்கிடும் உன் போர்க் குணத்தை நழுவவிடாதே' என்று எத்தனையோ ஆண்டுகளுக்கு முன்னால் அம்பேத்கர் சொன்னதுதான் என் ஆதியும் அந்தமும்.

18 ஆண்டுகளுக்கு முன்னால் சிறு இயக்கமாகத் தொடங் கப்பட்ட விடுதலைச் சிறுத்தைகள், இன்று தமிழ்நாட்டில் தவிர்க்க முடியாத சக்தியாக வளர்ந்திருக்கிறது. இதற்கு வேரும் விழுதுமாக அமைந்தவை அதன் எதிர்ப்பு உணர்வுதான். மகாராஷ்டிரா மரத்வாடா பல்கலைக்கழகத்துக்கு அம்பேத்கர் பெயர் வைக்கக் கூடாது என்று பால்தாக்கரே மிரட்டிக்கொண்டு இருந்தார். அதைக் கண்டித்து மதுரை ரயில் நிலையத்தில் மறியல் தொடங்கினேன். திடீரென்று அவசியமே இல்லாமல் போலீஸ் எங்களது தோழர்கள் மீது தடியடி நடத்தியது. ஆண்களும், பெண்களும், குழந்தைகளுமாக 50 பேர் ரத்தம் ஒழுக உதைக்கப்பட்டார்கள். இதைப் பார்த்த எங்களது தொண்டர்கள் உணர்ச்சியால் போலீஸின் சட்டையைப் பிடித்து அடிக்க ஆரம்பித்தார்கள். அநியாய அக்கிரமத்தை கலர் சட்டை செய்தால் என்ன... காக்கிச் சட்டை செய்தால் என்ன? அடித்தால் திருப்பி அடிக்கலாம் என்பதை மதுரை வீதியில் நிரூபித்தோம். அதுவரை போலீஸைப் பார்த்தால் பயந்து நடுங்கிய சமூகத்தில், சாமி என்று அழைத்த மக்கள் முன்னால் பதிலடிதான் நம்முடைய மொழி என்று நிரூபித்தோம்.

விடுதலைச் சிறுத்தைகளின் எதிர்ப்பலை ஆதிக்கச் சாதிகளுக்கு எதிராகவும் அரச வன்முறைக்கு எதிராகவும் கிளர்ந்தெழ ஆரம்பித்த பிறகுதான் அடக்குமுறைகள் கொஞ்சம் அடங்க ஆரம்பித்தன. நீ உன்னுடைய கோபத்தை ஓர் இடத்தில் காண்பித்தால், அது அங்கு மட்டுமல்ல, அதைப் போலவே அநியாயம் நடக்கும் மற்ற இடங்களையும் சேர்த்தே மாற்றுகிறது. மதுரை கரும்பாளையில் தலித் சமூகத்துக்குச் சேர வேண்டிய நிலத்தை 25 ஆண்டு களாக தனியார் ஒருவர் தன்வசப்படுத்தி வைத்திருந்தார். அதைப் போராடிப் பறித்த பிறகு, இது போல் வைத்திருந்த ஏழெட்டு மனிதர்கள் தங்களது ஆக்கிரமிப்புகளை அமைதியாக விட்டு விலகினார்கள். பொது இடத்தில் நடக்கக் கூடாது, பொதுக்

கிணற்றில் தண்ணீர் எடுக்கக் கூடாது, கோயிலுக்குள் நுழையக் கூடாது, ஒரே குவளையில் டீ குடிக்கக் கூடாது என்பன போன்ற கட்டுப்பாடுகளைக் கெஞ்சிக் கெஞ்சி ஒழிக்க முடியாது. பலவந்த எதிர்ப்பால் மட்டும்தான் உடைக்க முடியும்.

இது சில நேரங்களில் வன்முறையாக மாறும். அதைத் தவிர்க்க முடியாது. எதிர்ப்பு என்பதே வன்முறை கலந்த வார்த்தைதான். ஆனால், வன்முறை என்ற வார்த்தையை வித்தியாசப்படுத்திப் பார்க்க வேண்டும். ரவுடித்தனத்தையும் நான் சொல்வதையும் போட்டுக் குழப்பிக்கொள்ளக் கூடாது. எந்தப் பொது நோக்கமும் இல்லாமல் சுயநலத்துடன், உள்நோக்கத்துடன் சில போக்கிரிகள் செய்யும் வன்முறை வேறு. பொது நோக்கத்துடன் ஒரு சமூகம் தன்னுடைய அடக்குமுறையை எதிர்த்துப் போராடும் போது வெடிக்கும் வன்முறை வேறு. இந்தியாவின் விடுதலை வேள்வியின்போது கிளர்ந்தெழுந்த மக்கள் நடத்திய தாக்குதல்களை யாரும் வன்முறை என்று கொச்சைப்படுத்த முடியுமா? அது நாட்டு விடுதலை என்றால், நாங்கள் நடத்துபவை சமூக விடுதலை.

எதிர்ப்பில் பிறந்து, எதிர்ப்பில் வளர்ந்து, எதிர்ப்பில் வாழ்ந்த மூன்று தலைவர்களை இந்த இடத்தில் நினைத்துப் பார்க்கிறேன். முதலாவது மனிதர், அம்பேத்கர். சாதியின் காரணமாக அடக்கப்பட்ட தன்னுடைய தனி வாழ்க்கையை எதிர்த்துக் கிளம்பி, அதுவே தலித் மக்களின் தலைவிதியாக இருப்பதை உணர்ந்து எதிர்க் குரலை எழுப்பியவர். ஆதிக்கச் சக்திகளின் அத்தனை முகங்களையும் ஒருசேர எதிர்த்தவர் அவர். ஏக இந்தியாவும் மகாத்மா என்று கொண்டாடிய காந்தியால்கூட தனது சாதி இழிவுகளைத் துடைக்க முடியாது என்று தெரிந்ததும் அவரையே எதிர்த்தார். "விரைவில் மறைந்துபோகும் மாய உருவங்களைப் போல மகாத்மாக்கள் என்பவர்கள் பெரும் பரபரப்பைக் கிளப்பிக்கொண்டு வருகிறார்கள். ஆனால், அவர்களால் எந்த உயர்வும் ஏற்படவில்லை என்பதை வரலாறு கூறுகிறது" என்று காந்திக்கு முன்னால் உட்கார்ந்துகொண்டு முகத்துக்கு நேராகவே தன் எதிர்ப்பைப் பதிவு செய்தவர் அம்பேத்கர். எல்லாப் பீடங்களையும் தகர்த்தது அம்பேத்கரின் எதிர்ப்பு.

அடுத்து நான் சொல்வது, பெரியாரை. யாரைத்தான் நான் எதிர்க்கவில்லை என்று கேட்டவர் அவர். 'இந்தச் செயல் செய்ய எனக்கு யோக்கியதை இருக்கிறதோ இல்லையோ, யாரும் அதைச் செய்ய முன்வராததால் செய்தேன்' என்று துணிச்சலாகக் களம் இறங்கியவர் பெரியார். அவர் நடத்திய போராட்டங்கள், முதுமையிலும் அவர் காட்டிய துணிச்சலான எதிர்ப்புகள் இன்றைய இளைஞர்கள் படிக்க வேண்டிய பாடப் புத்தகங்கள்.

மூன்றாவதாக என் கண் முன்னால் வருகிறார் மாவீரர் பிரபாகரன். இரண்டு முறை அவரைப் பார்க்கும் வாய்ப்பு எனக்குக் கிடைத்தது. ஆன்ம பலம் மட்டும் இருந்தால் ஒரு நாட்டை மட்டுமல்ல, 20 நாடுகளையும் ஒரே நேரத்தில் எதிர்க்க முடியும் என்று காட்டிய தலைவர் அவர். 'திண்ணியத்தில் நடந்த சாதிக் கொடுமையைத் தாங்கிக்கொண்டு எப்படி இருக்கிறீர்கள்?' என்று கேட்டார் பிரபாகரன். 'இல்லை, திருப்பி அடித்துக்கொண்டு இருக்கிறோம்' என்றேன். 'உங்களுக்கு இங்கே ஒரு அண்ணன் இருக்கிறான் என்ற தைரியத்தில் எதிர்த்துப் போராடுங்கள்' என்று அவர்தான் என்னை முன்னிலும் வேகமாக முடுக்கிவிட்டார்.

எந்த அடக்குமுறை மிரட்டல்கள் வந்தாலும் ஏற்றுக்கொண்ட கொள்கையை விட்டுத்தர மாட்டேன். ஆளும் கூட்டணியில் அங்கம் வகித்தாலும் இந்திய அரசாங்கத்தின் தமிழர் விரோதப் போக்கைக் கண்டிப்பதில் முதல் ஆளாக இருக்கிறேன். நடுத்தெருவில் அல்ல... நாடாளுமன்றக் கட்டடத்திலேயே என்னுடைய எதிர்ப்பைப் பதிவு செய்திருக்கிறேன். பட்டப் பகலில்... வெட்டவெளியில் ஓர் இனத்தை அழித்தொழித்த காட்டுமிராண்டிச் சிங்களவனுக்குத் துணை போன துரோகம் மன்னிக்க முடியாது என்பதை எல்லா மேடைகளிலும் சொல்லி வருகிறேன். இடம், பொருள், அரசியல் சூழல், தொகுதிப் பங்கீடு பார்த்து நான் பேசுவதில்லை. எதிர்ப்பு என்பது இது எதையும் பார்க்காமல் கொடுமை நடந்தவுடன் பீறிட்டுக் கிளம்ப வேண்டும். நிர்பந்தங்கள் எல்லாக் காலங்களிலும் இருக்கும். அதைப் பார்த்தால் எதையும் எதிர்க்க முடியாது.

மீண்டும் சொல்கிறேன், ஆடுகளைத்தான் பலியிடுகிறார்கள். சிங்கங்களை அல்ல!"

✳

சாமியப்பன்

சட்டை அணியாச் சாமியப்பனைக் கொங்கு மண்டலத்துக்காரர்கள் நன்கு அறிவார்கள். வேளாண் விஞ்ஞானியான நம்மாழ்வார் இவரை, 'எதிர்கால சாமியப்பன்' என்பார். நித்தமும் விழிப்பு உணர்வுப் பிரசாரத்தை ஏதாவது ஓர் ஊரில் செய்துகொண்டே இருக்கிறார் சாமியப்பன்.

“இயற்கையே இறைவன்; தாவரமே தெய்வம்!'' என்ற நம்பிக்கைக் கொண்டவன் நான். இந்த இரண்டு தத்துவங்களும் நிலத்தில்தான் நிற்கின்றன. உங்களது காலடியில் ஒட்டிக் கொண்டு இருக்கும் மண்ணை நீங்கள் என்னவென்று சொல்கிறீர்கள்? நிலத்தில்கிடக்கும் பொலபொல பொருள் என்பார்கள் சிலர். பாறையின் துகள் என்பார்கள் பலர். இறுகாத கனிமப் பொருள் என்பார்கள் கொஞ்சம் விஷயம் தெரிந்தவர்கள். வீடு கட்டப் பயன்படும் என்பார்கள் காரியக்காரர்கள். இவை எதுவும் இல்லை. எங்களைப் பொறுத்தவரை இதுதான் உயிர். பஞ்சபூதங்களில் ஆரம்பத்தில் தோன்றியது ஆகாயம். அதன் பிறகு காற்று. அடுத்ததாக வெப்பம் வந்தது. இந்த வரிசையில் நீர் வெளிப்பட்டது. அதுவரை உயிர்கள் இல்லை. ஐந்தாவதாக நிலம் வந்த பிறகுதான் நிலைத்த தன்மையுடைய உயிர்கள் தோன்றின.

மண்ணை வணங்குங்கள். நல்ல வண்ணம் வாழ முடியும். நிலத்தைப் பெண்ணோடு ஒப்பிட்டது நம் இலக்கியங்கள். உயிர் உற்பத்தித் திறன் பெண்ணுக்கு மட்டுமல்ல... மண்ணுக்கும் உண்டு என்பதுதான் அதற்குக் காரணம்.

தமிழன் தனது நிலத்தை வரையறை செய்ததே மண்ணின் குணத்தை வைத்துத்தான். குன்றுகள், மலைகள் சூழ்ந்த இடம் குறிஞ்சி. நீர்வளம் உள்ள சமவெளிப்பகுதி முல்லை. நெல்லும் கரும்பும் விளையும் இடம் மருதம். பனையும் தென்னையுமான கடலோரம் நெய்தல் எனப் பகுத்தான். எதற்கும் ஆகாதது பாலையானது. இந்த நிலத்தை நமக்கு வசதியாகப் பிரித்தோம். எல்லா இடங்களையும் நமக்கானதாக ஆக்கிரமிப்பு செய்தோம். ரசாயன உரங்களைத் தூவினோம். தாவரங்கள் துடித்ததை யாரும் உணரவில்லை. செயற்கை உரம் போட்டோம். செடிகள் செத்தன. தொழிற்சாலைக் கழிவுகளில் நனைந்ததால் நிலத்தைப் புற்றுநோய் தாக்கியது. விவசாய உற்பத்தி குறைந்தது. வீட்டுக்குப் பக்கத்தில் செடிவைத்து வளர்த்த காய்கறிகளை எல்லாம் வாங்க லாரிகளை எதிர்பார்த்துக் காத்திருக்கத் தொடங்கினோம். விலைகள் உயர்ந்தன, தண்ணீர் அசுத்தமானது. ஓசோன் படலத்தில் ஓட்டை என்று கன்னத்தில் கை வைத்து கவலைப்பட்டு உட்கார்ந்து விட்டோம். காரணம் யார்? நாம் மட்டுமே!

திருப்பூர் அரசுக் கல்லூரியில் படிப்பதற்காக 40 ஆண்டுகளுக்கு முன்னால் நொய்யல் ஆற்றைக் கடந்து நடந்துபோவேன். வெள்ளியங்கிரி மலையும் சிறுவாணித் தண்ணீரும் சூழ்ந்த அந்த ஆற்றங்கரையில், ஊற்று திறந்தால் பன்னீர் மாதிரி தெளிவான தண்ணீர் வரும். மருத்துவத்தன்மை வாய்ந்த குணங்களுடன் அந்தத் தண்ணீர் இருக்கும். சாப்பிடத் தேவை இல்லை என்பது மாதிரி வயிறு முட்டக் குடிக்கலாம். ஆனால், இப்போது நொய்யல் ஆறு, நோய் ஆறு ஆகிவிட்டது. அந்தப் பக்கம் நடந்து போனாலே மூச்சு முட்டும். வாழ முடியாத பகுதியாக மாறி வருகிறது. தொழில் வளர்ந்துள்ளது, வேலை கிடைத்துள்ளது, வருமானம் பெருகியுள்ளது. ஆனால், ஊரும் சூழலும் மண்ணும் கெட்டுப் போச்சே. அதை யாரால் மாற்ற முடியும்?

ஒன்பதாம் வகுப்பு படிக்கும்போது ஜி.டி.நாயுடுவை நண்பர்களுடன் பார்க்கப் போனேன். உலகக் கண்டுபிடிப்புகள் பலதையும் தனது சுயத்தால் கண்டெடுத்த மேதை அவர். இன்று பேருந்துகளில் டிக்கெட் கொடுக்கவைத்திருக்கும் மெஷினை அன்றே அவர் தயாரித்து வைத்திருந்தார். அபூர்வமான ஆள். தனது கண்டுபிடிப்புகளை எங்களுக்குப் பொறுமையாகச் சொல்லிக்கொடுத்தார். நாங்கள் கிளம்பும்போது, ‘தொழில்

வளருது, ஆனா காற்று கெடுது, மண் கெடுது, தண்ணீர் கெடுது' என்று சொன்னார். சின்னப் பையனான எனக்கு அப்போது அது புரியவில்லை. இப்போதும் பெரியவர்கள் பலருக்குமே புரியவில்லை.

வீடே தோட்டத்தில் இருந்ததால் மண்ணின் பெருமையை அப்போதே அறிந்திருந்தேன். 'குலத் தொழில் கல்லாமல் பாகம் படும்' என்பார்கள். அதாவது, மாட்டைப் பிடிப்பது, தண்ணீர் பாய்ச்சுவது, விதை விதைப்பது எல்லாமே படிக்கா மலேயே தெரியும். அந்தக் காலத்து பி.யூ.சி-யில் நான் தோல்வி அடைந்துவிட்டேன். கிராமசேவக் என்ற பெயரில் கிராமங்களுக்கு விவசாய அறிவுரை சொல்வதற்கு ஆட்கள் வருவார்கள். கொஞ்சம் படித்தவன் என்பதால் அவர்களிடம் விளக்கம் பெற்றேன். அப்போது தான் கோவையில் விவசாயப் பல்கலைக்கழகம் தொடங்கப்பட்டது. அங்கு அடிக்கடி போய் கலந்துரை யாடல்களில் கலந்துகொண்டேன். அவர்கள் சொல்லிக்கொடுத்த மாதிரி எங்கள் வீட்டுத் தோட்டத்தில் போட்டுப் பார்ப்பேன். பட்டம் தவறாமல் பயிரிடுவதைப் பழக்கமாக வைத்திருந்தேன்.

1975-ம் ஆண்டுக்குப் பிறகுதான் மழை பெய்வது குறைந்தது. திருப்பூர் நகரம் வளர ஆரம்பித்தது. தண்ணீர்த் தேவைக்கு நிலத்தடி நீரை அதிகமாக உறிஞ்ச ஆரம்பித்தார்கள். கழிவு நீர் கலந்து மண்ணின் வளம் குறைந்தது. மண்ணில் உள்ள நுண்ணுயிர்கள் எல்லாம் அழிய ஆரம்பித்தன.

சாதாரணமாகப் பார்த்தால் மண்ணில் எதுவும் தெரியாது. ஒரு கிராம் மண் எடுத்து ஆராய்ந்தால் பல கோடி நுண்ணுயிர்கள் இருக்கும். அதை அழித்துக்கொண்டு இருக்கிறோம். ஆலமரம், அரசமரத்துக்குக் கீழே இருக்கும் 15 கிலோ மண்ணை எடுத்து ஒரு ஏக்கர் நிலத்தில் பாவினால் பல்லாயிரம் கோடி நுண்ணுயிர்கள் இருக்கும். இதனால் அந்த இடமே செழிக்கும். ஆனால், அந்த வளத்தைக் கெடுத்துக்கொண்டு இருக்கிறோம். இதைத் தடுக்க என்ன செய்வது என்ற யோசனையில்தான், இயற்கைச் சூழல் பாதுகாப்பு இயக்கம் தொடங்கி மரம், செடி, கொடிகளை வளர்க்க ஆரம்பித்தேன்.

மண்ணைக் கெடுத்தது நம்முடைய ஆடம்பரம்தான். வண்ண வண்ண ஆடைகள், விலை உயர்ந்த ஆடைகள் தயாரிப்புக் குத்தானே நீரை உறிஞ்சி, கழிவாக்கி, நஞ்சாக மாற்றி நிலத்துக்குள் மீண்டும்விடுகிறோம். அந்த ஆடைகளையே பயன்படுத்த மறுத்தால் என்ன என்று யோசித்தேன். அது முதல் ஒரு வேட்டியை உடுத்தி இன்னொரு வேட்டியைப் போர்த்தி வாழ ஆரம்பித்தேன்.

சாயம் அற்ற, வெள்ளை ஆடைகள் அணிவதால் நம்மால் முடிந்த அளவுக்கு மண்ணைக் கெடுக்காமல் இருக்க முடியும் என்று நினைத்தேன். காய்கறிகள், பழங்களையே அதிகமாகச் சாப்பிடுவேன். பொரிப்பது, வறுப்பதைத் தவிர்த்து வருகிறேன். பெரும்பாலும் நகரங்களில் தங்குவதில்லை. நகரக் கூட்டங்களுக்குப் போனாலும் அருகில் உள்ள கிராமத்துக்குப் போய் தங்குகிறேன்.

என்னைப் போன்ற ஆர்வம் உள்ள மனிதர்கள் எங்கிருந்தாலும் போய்ப் பார்க்க ஆரம்பித்தேன். தென்காசிக்குப் பக்கத்தில் சிவசைலத்தில் ராமகிருஷ்ணன் என்ற இயற்கை வைத்தியர் இருந்தார். கோவையில் சுப்பிரமணியம் என்பவர் கிடைத்தார். நம் காலத்தில் வாழும் முக்கிய மனிதரான நம்மாழ்வாரையும் அப்படித்தான் சந்தித்தேன். தமிழர் வாழ்வியலுக்காகத் தனிப் பல்கலைக்கழகம் நடத்தி வருகிறார் அவர். அந்த வழித்தடத்தில்தான் நாங்கள் கூட்டாக தமிழக உழவர் தொழில்நுட்பக் கழகம் தொடங்கியிருக்கிறோம். இதுவரை சுமார் 4,000 பேருக்கு இயற்கை வேளாண்மைப் பயிற்சி கொடுத்திருக்கிறேன்.

இது ஏதோ நிலம்வைத்திருக்கும் விவசாயிகள் தெரிந்துகொள்ள வேண்டிய விஷயம் மட்டுமல்ல... நிலத்தில் வாழும் அனைவருக்கும் அவசியமானவை.

உணவில், உடையில் வாழும் வீட்டில் முடிந்த அளவு ஆடம்பரத்தைத் தவிருங்கள். அதே போல் ஒரே இடத்தில் பொதுமக்கள் குவிந்து வாழாமல் பரவலாக வாழ வேண்டும். கூடி வாழலாம். ஆனால், கும்பலாகக் குவியக் கூடாது. சில விதைகள் நீரில் மிதந்து போய் வேறு இடத்தில் முளைக்கும். நாயுருவியும் ஆடையொட்டிப் பூண்டும் மனிதனை ஒட்டிக்கொண்டு அடுத்த இடத்தில் முளைக்கும். தட்டைப்பயறும் பாசிப்பயறும் வெடித்துச் சிதறி 30 அடி பறந்துபோய்கூட முளைக்கும். கோழி தனது குஞ்சு வளர்ந்ததும் விரட்டிவிடும். சில பாலூட்டிகள் கொஞ்ச காலத்துக்குத்தான் தனது வாரிசுகளை உடன் வைத்திருக்கும். ஆனால், நாம்தான் மந்தை களாக மாறிக்கொண்டு இருக்கிறோம்.

ஏ.சி. மெஷின் இல்லாமல் யாராலும் வாழ முடியவில்லை. பரவாயில்லை. ஒரு ஏ.சி. மெஷின் வைத்திருந்தால் ஒரு பூவரச மரத்தையும் வையுங்கள். அரச மர இனங்கள்தான் மேம்பட்ட ஆக்ஸிஜனை உற்பத்தி செய்கின்றன. துளசியும் நித்திய கல்யாணியும் 24 மணி நேரமும் ஆக்ஸிஜனை வெளியிடுவதாகச் சொல்கிறார்கள். டைடல் பார்க், எகனாமிக் பார்க், டிஜிட்டல் பார்க், இண்டஸ்ட்ரியல் பார்க் வைப்பதில் காட்டும் அக்கறையை மழை ஈர்ப்பு மையம் அமைப்பதில் காட்டுங்கள்.

அரச மரம், ஆல மரம், அத்தி மரம், இச்சி மரம், இலுப்பை, புன்னை மரங்களால் மழைப் பொழிவு ஈர்க்கப்படுகிறது. இந்த மரங்களைக்கொண்ட மையம் அமைத்தால் மழைவளம் பெருகும். பொதுவாக, திண்டுக்கல் மழை வளம் குறைந்த பகுதி என்பார்கள். அங்கு சப்போட்டா மரங்களை அதிகம் வைக்க ஆரம்பித்த பிறகு மழை அதிகமாகி இருப்பது சமீபத்திய ஆதாரம். எல்லாவற்றுக்கும் மேலானது பனை. உயரத்தில் மட்டுமல்ல... பயனும் அப்படித்தான். பனை மரத்தின் வேர்கள் நான் அறிய 35 அடி ஆழத்துக்குக்கூடப் போயிருக்கின்றன. நிலத்துக்குள் மழை நீரை உள்ளே செலுத்தும் ஆற்றல் பனைக்குத்தான் அதிகம் உண்டு. அண்ணாந்து பார்த்தால் வானம் தெரியக் கூடாது, குனிந்து பார்த்தால் நிலம் தெரியக் கூடாது. மரப் போர்வை போர்த்தப்பட்டு இருக்க வேண்டும். அந்தக் கனவு நிறைவேறினால்தான் மண் வளம் பெருகும். மண்ணும் மழையும் நீரும்தான் அனைத்து நாட்டுக்கும் அரண்.

இயற்கை எனும் அருட்பேராற்றல் கருணையினால் நீங்களும் உங்களைச் சார்ந்தவர்களும் நல்ல உடல்நலம், நீண்ட ஆயுள், நிறை செல்வம், உயர்புகழ், மெய்ஞானம் ஓங்கி வாழ்க வளமுடன்!"

✻

டிராஃபிக் ராமசாமி

ஆள், அம்பு, சேனை தேவையே இல்லை. மனதில் தைரியம் இருந்தால் எவரையும் தனி ஆளாகவே எதிர்க்கலாம் என்கிற தனி மனித ராணுவம்... டிராஃபிக் ராமசாமி. பொதுநல வழக்குகளால் பொதுமக்கள் நலன் காக்கும் நீதிமான்!

“ராஜாஜி அமைச்சரவையில் இந்து சமய அறநிலையத் துறை அமைச்சரா இருந்த வெங்கடசாமி நாயுடுவின் தனிச் செயலாளரா இருந்தேன். ஒருநாள் என்னையும் எனது தம்பியையும் அழைத்து ஆசி வழங்கினார் ராஜாஜி. அவரது கையில் வைத்திருந்த ராமாயணத்தை என் தம்பியிடம் கொடுத்தார். மகாபாரதத்தை என்னிடம் கொடுத்தார். என் கண்ணைப் பார்த்தார். ‘உன்னைப் பார்த்தா பிற்காலத்துல போல்டா வருவேன்னு தெரியுது. உன் மனதில் எது சரின்னுபடுதோ, அதைத் தைரியமாப் பண்ணு. மற்றவங்க என்ன சொல்வாங்கன்னு பயப்படாதே. உன் மனசாட்சிக்கு சரின்னுபட்டா, யாரையும் துணிச்சலா எதிர்த்துப் பேசு. இதுதான் என்னோட அறிவுரை!’ன்னார்.

சிறு வயதில் அப்படி ஒரு பெரியவர் சொன்னது என் மனசில் தங்கிருச்சு. அர்ஜுனனுக்கு கண்ணன் சொன்னதா பகவத் கீதையில் வரும், 'எதிரிக்கு அஞ்சாது வீரத்தோடு பாய்ந்து தாக்க வல்லவனே சூரத்தன்மை உடையவனாகிறான்.

அச்சத்தை அறியாத மனநிலை தேஜஸ் அல்லது துணிவெனப் படுகிறது. வீரத்துடன் எதிர்த்து நின்று அடிபட்டுச் சாவதே மேல்'னு வரும். இதுதான் 76 வயசிலேயும் என்னை எனர்ஜியோடு வெச்சிருக்கு.

சாதாரணமா ஆரம்பிச்ச கலாட்டா இவ்வளவு பெரிசாகும்னு நினைக்கலை. அப்போ எனக்கு 15 வயசு இருக்கும். 14 கிலோ அரிசி மூட்டையைத் தூக்கிக்கிட்டுப் போனேன். கோட்டா சிஸ்டம் இருந்த காலம் இது. 'ஒரே நேரத்துல 14 கிலோ கொண்டுபோகக் கூடாது'ன்னு தாசில்தார் தடுத்தார். 'அப்படியா, வெச்சுக்கோங்க. ஆனா, உங்களையே கொண்டுவந்து என் வீட்டுல கொடுக்கவெப்பேன்'னு சொன்னேன். புகார்களைத் தட்டினேன். ஒருநாள் காலையில் எங்க வீட்டைத் தேடி வந்து அவரே அரிசியைக் குடுத்துட்டுப் போனார்.

பச்சையப்பன் கல்லூரியில் படிச்சேன். பின்னி மில்லில் அலுவலக உதவியாளராச் சேர்ந்து உயர் அதிகாரி ஆனேன். மில் பிரச்னை வந்த பிறகு, ஊழியர்களுக்கு வேலை இல்லாமல் சம்பளம் குடுத்தாங்க. பிறகு அதையும் நிறுத்திட்டாங்க. அலுவலக வேலையில் இருந்த எனக்கு எந்தச் சிக்கலும் இல்லை. சம்பளம் வந்தது. ஆனா, தொழிலாளர்கள் நிலைமையைப் பார்த்து 'இங்க வேலை பார்க்கணுமா'ன்னு கவலைப்பட்டு வெளியேறிட்டேன்.

ஊர்க் காவல் படையில் சேர்ந்தேன். அதுக்குத் தலைவரா இருந்தவர் பிரபல வக்கீல் கோவிந்தசாமிநாதன். 'கௌரவம்' படத்தில் சிவாஜிக்கு முடி வந்து விழுமே... அது இவரைப் பார்த்துவெச்சதுதான். அந்தக் காலத்தில் நாங்கதான் போலீஸ் காரங்க ஒழுங்கா வேலை பார்க்கிறாங்களான்னு கண்காணிப் போம். போலீஸ் பீட் புக்கைச் சரிபார்த்து கையெழுத்துப் போடுவோம். ரெண்டு ஸ்டார்கள் வாங்கி கூடுதல் சிறப்பு கமாண்டரா ஆனேன். வாகனங்கள் அதிகமாக ஆரம்பிச்ச காலம் அது. யாரெல்லாம் விதிமுறைகளை மீறுறாங்களோ, அவங்களைப் பற்றி புகார் சொல்வது, மேலிடத்துக்கு எழுதிப் போடுவது, தட்டிக்கேட்பதுன்னு கிளம்பினேன். பொய்ப் புகார் அடிப்படையில் கைது செய்து என்னை அடிச்சாங்க. இதை எல்லாம் எதிர்பார்த்துத்தானே இறங்கினேன். போடப்பட்டது பொய் வழக்குன்னு நீதிமன்றத்தில் நிரூபிச்சு வெளியே வந்தேன்.

தவறுகளைத் தட்டிக் கேட்பவனுக்கு நீதிமன்றம் பக்கபலமா இருக்கும்னு தெரிஞ்சது.

நான் போட்ட வழக்குகள், தட்டிக்கேட்ட அநியாயங்கள், வாதாடிப் பெற்ற உரிமைகள்னு கணக்குப் பார்த்தா, எண்ண முடியாது. சென்னை உயர் நீதிமன்றத்தைச் சுற்றியுள்ள சாலையை ஒரு வழிப்பாதையா ஆக்கினாங்க. இதனால் குழப்பம்தான் வரும்னு கண்டிச்சேன். யாரும் கேட்கலை. எத்தனையோ பேர் விபத்தில் இறந்ததுதான் மிச்சம். இந்தத் திட்டத்தைக்கொண்டுவந்த போலீஸ் அதிகாரியின் உறவினரே பலியானார். இந்த வழக்குக்காக இரண்டு வருஷம் வாதாடினேன். அதே மாதிரி நீதிமன்ற வளாகத்தைச் சுற்றி மூணு மேம்பாலங்கள் கட்டத் திட்டமிட்டாங்க. அதையும் நிறுத்தினேன். 'கொலை பண்ணிடுவோம்'னு மிரட்டினாங்க. சென்னையில் பல விபத்துகளுக்கு மீன்பாடி வண்டிகள்தான் காரணம். லைசென்ஸ் இல்லாத புல்லட் இன்ஜினைப் பொறுத்தி, கண்மண் தெரியாம ஓட்டியதால் எத்தனையோ உயிர்களை இழந்தோம். அதனால் பாதிக்கப்பட்ட ஒருவன் என்னைக் கத்தியால் குத்தினான். அப்போதான் நீதிமன்றம் என் உயிரைப் பாதுகாக்கும் பொறுப்பை எடுத்துக்கிட்டது. ஒரு ஹெட் கான்ஸ்டபிள், மூணு கான்ஸ்டபிள் பாதுகாப்பு என் வீட்டுக்கும் எனக்கு ரெண்டு கன்மேன் பாதுகாப்பும் கொடுத்தாங்க. காலப்போக்கில் வீட்டுக்குத் தரப்பட்ட பாதுகாப்பு வேண்டாம்னு நானே மறுத்துட்டேன்.

என் வீட்ல பயப்பட்டாங்க. 'உங்களுக்கு எதுக்கு இந்த ஊர் வேலையெல்லாம்?'னு என் மனைவியும் மகளும் பயந்தாங்க. நான் எனக்குன்னு ஒரு ரூமை வாடகைக்குப் பிடிச்சு, தனியே வந்து ஆறு வருஷம் ஆச்சு.

கண்ணு முன்னால் நடக்கிற தப்பைப் பார்த்துட்டு, என்னால் கடந்து போக முடியாது. தப்புன்னு அதிகாலையில் நினைச்சா, மத்தியானத்துக்குள் எதிர்ப்பைக் காட்டியாகணும். பணத்துக்கு மயங்கியிருந்தா, கோடீஸ்வர ராமசாமியா உட்கார்ந்திருக்கலாம்.

தி.நகர்ல எந்த விதிமுறைகளையும் பின்பற்றாம எத்தனையோ மெகா மாளிகைகள் எழும்பி வருது. இதை முறைப்படுத்தணும்னு போராட ஆரம்பிச்சப்போ, என்னை விலை பேசினாங்க. முந்தைய அ.தி.மு.க. ஆட்சியில் 10 லட்சம் ரூபா வரை தருவதா ஒரு வழக்கில் சொன்னாங்க. பணம், பதவிக்கு மயங்கி இருந்தா, இப்போ உங்கள் முன்னால் பேசியிருக்க முடியுமா?

காலையில் ரெண்டு இட்லி, மத்தியானமும் ராத்திரியும் மோர், பசிச்சா ரெண்டு பிஸ்கட் அல்லது வாழைப்பழம்...

இதுதான் 40 வருஷமா என் சாப்பாடு. இப்படிப் பட்டவனை யார் என்ன செய்துட முடியும்? தேவைகளைக் குறைச்சுக் கிட்டே போனா, பயமும் குறையும்.

ஏன் பயப்படணும்? தவறு செய்தவன் தைரியமா இருக்கான். கைதாகிப் போறப்போ, கையைக் காட்டி நிமிர்ந்து போறான். ஆனா, எந்தப் பாவமும் செய்யாத அப்பாவி மனுஷன் ஏன் பயந்து சாகணும்? கோழை செத்துச் செத்துப் பிழைப்பான். வீரனுக்குத் தான் மரணமே கிடையாது.

ஏப்ரல் ஒண்ணாம் தேதி பிறந்தேன். அது முட்டாள் தினம்னு எவன் சொன்னான். என்னை ஒழிக்க நினைச்சவங்கதான் முட்டாள் ஆகியிருக்காங்க. என்னை அடிச்சிருக்கலாம், உதைச்சிருக்கலாம். ஆனா, இன்னும் நான் அப்படியேதான் இருக்கேன்.

தனி மனிதனா இந்தியாவில் இருந்து வெளியேறிய நேதாஜி, மிகப் பெரிய பிரிட்டிஷ் சாம்ராஜ்ஜியத்தைத் தனது படையால் சாய்க்க முடியும்னு நினைச்சதுக்குக் காரணம், அவரது படை பலமல்ல... மன பலம்.

என்னோடு வர உங்களில் எத்தனை பேர் தயார்?"

✻

நாஞ்சில் சம்பத்

மாதம் 30 நாட்களும் முழங்குவார். மைக் பிடித்தால் அவர் ஒரு மாயாவி. மேடை ஏறினால் சூறாவளி. நாற்காலி ஆசைகள் இல்லாத நாவுக்கரசர் நாஞ்சில் சம்பத். வைகோ சூட்டிய பெயர் திக்விஜயன். தமிழக மேடைகளில் எட்டுத்திக்கும் சுழன்றடிக்கும் தென்றலும் அவரே... புயலும் அவரே!

"தாயின் கருவறையில் இருந்து வெளியில் குதித்தபோது கைது செய்யப்பட்டு, தமிழ்நாட்டு மேடைகளில் அடைக்கப்பட்ட நான், இன்று வரை விடுதலை ஆகவில்லை. 'முதற்கண் வணக்கத்தைத் தெரிவித்துக் கொள்கிறேன்' என்ற வார்த்தையை அறிமுகப்படுத்தி, சண்டமாருதமாக முழங்கியவர் ஈ.வே.கி. சம்பத். அவரது பெயரை என்னுடைய அப்பா வைக்கக் காரணம், சம்பத் போலத் தன் மகனும் மேடைகளை ஆள வேண்டும் என்பதற்காகத்தான். மூன்றாம் வகுப்பு படித்தபோது சுதந்திர தினத்தன்று பேச, எமிலி டீச்சர் எழுதிக் கொடுத்தார். அடுத்த ஆசிரியை கமலம். உயர்நிலைப் பள்ளி படித்த காலத்தில் ஆசிரியர்கள் மரிய அற்புதமும், மேரி அல்பினாவும். கல்லூரிக் காலத்தில் பேராசிரியர் தெ.நா.மகாலிங்கம்.

மாநிலம் தழுவிய எல்லாப் பேச்சுப் போட்டிகளிலும் முதல் பரிசு வாங்கவைத்தவர் கல்லூரி முதல்வர் கே.சி.தாணு. பாடப் புத்தகங்களைவிட மற்ற புத்தகங்களைக் கணக்குப் பார்க்காமல் வாங்கித் தந்தார் என் தந்தை பாஸ்கரன்.

நான் இன்று ஒரு பேச்சாளனாக வந்ததற்கு வாசக்கால் அமைத்து அழகு பார்த்தவர்கள் இவர்கள்.

ஆரம்பத்தில் இலக்கிய மேடைகள்தான் எனக்கு இன்பமாக இருந்தன. தென்காசி திருவள்ளுவர் கழகத்தின் ஐந்து நாட்கள் நிகழ்ச்சியிலும் என் சித்தப்பா நாராயணனுடன் அசையாமல் இருப்பேன். பேராசிரியர் திருச்சி ராதாகிருஷ்ணன், பெரும்புலவர் நடேச முதலியார், திருக்குறள் முனுசாமி, பேராசிரியர் நமசிவாயம், இளம்பிறை மணிமாறன், எட்டையபுரம் துரைராஜ் போன்றோர் பேச்சைக் கேட்கும்போது அவர்கள் இடத்துக்கு நானும் வர வேண்டும் என்ற ஆவலைத் தூண்டியது. இந்தச் சூழ்நிலையில், நெல்லையில் 'நெருக்கடியில் நாம்' என்ற தலைப்பில் கலைஞர் பேச்சைக் கேட்டேன். அவரது உரையைவிட அன்று வைகோ பேச்சைக் கேட்டுத்தான் மிரண்டுபோனேன். உலக வரலாற்றை உணர்ச்சியால் குழைத்து எரிமலை வார்த்தைகளால் கொப்ப ளித்த வைகோ, அன்று என்னை ஆட்கொண்டார். இன்று வரை என்னைக் கட்டிப்போட்டு வைத்திருக்கும் வார்த்தைகளுக்குச் சொந்தக்காரர் அவர்தான். அவர் எங்கே பேசினாலும் கேட்கப் போவேன். ஒருமுறை நாகர்கோவிலில் இருந்து திருச்சிக்கு வந்து பேச்சைக் கேட்டுவிட்டுத் திரும்பினேன்.

இலங்கைத் தமிழர் பிரச்னைக்காகத் தடை மீறி பேசிய குற்றத்துக்காகக் கைது செய்யப்பட்டு, பாளை சிறையில் அடைக்கப்பட்டேன். வைகோவும் உள்ளே இருந்தார். சிறைச்சாலையை மாலை நேரக் கல்லூரியாக மாற்றிக் காட்டினார் வைகோ. 'நிறம் மாறாத பூக்கள்', 'அலைகள் ஓய்வதில்லை', 'தப்புத் தாளங்கள்', 'புதிய வார்ப்புகள்' என்று அப்போது வந்திருந்த படங்களைத் தலைப்புகளாகக் கொடுத்து என்னைப் பேசச் சொன்னார். வெளியில் வந்ததும் என்னை தி.மு.க-வின் சிறப்புச் சொற்பொழிவாளனாக ஆக்கி, சுரண்டையில் முதல் கூட்டம் பேசவைத்தார் வைகோ. உலக உருண்டையில் எங்கு போய் முழங்கினாலும் நான் அந்த சுரண்டையை மறக்க மாட்டேன்.

குமரி மாவட்டத்தில் இரண்டு ஆண்டுகளில் 300 கூட்டங்கள் பேசவைத்து நாற்றாங்கால் அமைத்தார் அண்ணன் ஜஸ்டின். 86-ம் ஆண்டு கோவையில் நடந்த ஹிந்தி எதிர்ப்பு மாநாட்டில் பாரதிதாசன் படத்தைத் திறந்துவைத்துப் பேசினேன். அடுத்த

நாள் என்னை அழைத்த கலைஞர், ‘உனக்குத்தான் முதல் பரிசு’ என்றார். அன்று முதல் நிர்வாகிகள் என்னிடம் தேதி வாங்க ஆரம்பித்தார்கள். அன்று முதல் எந்த நாளும் எனக்குச் சொந்த நாள் இல்லை. கட்சிக்குச் சொந்தமானது. இலக்கியக் கழகங்களுக்குச் சொந்தமானது.

முன்னாள் அமைச்சர் அண்ணன் தங்கபாண்டியனை ஆதரித்து, காரியாபட்டியில் பேச கலைஞர் வருகிறார். அவர் இரவு 10 மணிக்கு வர வேண்டும். அவர் வரும் வரை பேசச் சொன்னார்கள். ஆரம்பித்தேன். இரவு 1 மணி ஆனது... மூன்றைத் தொட்டது... அதிகாலை ஐந்து ஆனது. கலைஞர் வந்தது காலை ஏழரை மணிக்கு. ஒன்பதரை மணி நேரம் நிறுத்தாமல் பேசிக்கொண்டே இருந்தேன். என்னுடைய திருமணத்தை நடத்திவைக்க கலைஞர் ஒப்புக்கொண்டதற்கு அந்த ஒன்பது மணி நேரம்தான் காரணம். கடற்கரையில் இருந்த கண்ணகி சிலை சிதைக்கப்பட்டபோது, ராமாயாணம், மகாபாரதம் மாதிரி சிலப்பதிகாரத்தையும் தொடர் சொற்பொழிவு செய்தால் என்ன என்று நினைத்து, விருத்தாசலம் முதுகுன்றம் தமிழ் மன்றத்தில் 10 நாட்கள் பேசினேன். மணிவாசகர் பதிப்பகம் மெய்யப்பன், ‘இலக்கியச் சித்தர்’ என்று வார்த்தைகளால் வருடினார். இப்படி, இலக்கியம், அரசியல் இரண்டிலும் ஒருசேர ஆட்சி செய்யும் இன்பம் அலாதியானது.

ஒரு சொற்பொழிவாளன் என்பவன் கூலிக்கு மாரடிப்பவன், காசுக்கு விலை போகிறவன், ஆதாயம் தேடும் பேராசைக்காரன் என்று பேசப்படும் இந்தக் காலத்தில், கொண்ட கொள்கையில் சமரசம் செய்யாமல், அதிகாரவர்க்கத்தின் எந்த அடக்கு முறைகளுக்கும் அடங்காமல், கறுப்புச் சட்டங்கள் பற்றிக் கலங்காமல் களத்தில் நிற்பவன்தான் உண்மையான பேச்சாளன். 91–ம் ஆண்டு என் மீது தேசியப் பாதுகாப்புச் சட்டம் பதிவானது. இன்று 40 நீதிமன்றங்களில் என் மீது வழக்குகள் இருக்கின்றன. பல்வேறு ஊர்களில் நான் பேசிக்கொண்டு இருக் கும்போதே தாக்கப்பட்டேன். தாக்கப்பட்ட என்னையே கைது செய்து மதுரை சிறையில் வைத்தார்கள். அங்கு சிறைக்குள் கொலை செய்யவும் முயற்சி நடந்தது. ஆட்கொணர்வு மனுவை வைகோ தாக்கல் செய்தார். வழக்கறிஞர்கள் அஜ்மல்கான், தேவதாஸ், சுப்பாராஜ் ஆகியோர் நீதிமன்றத்தில் வாதாடி வெற்றிபெறாமல் போயிருந்தால், இந்தக் கதையைச் சொல்ல இன்று நான் உயிரோடு இருந்திருக்க மாட்டேன். பேச்சாளனது தொழில் சுகமானதல்ல என்பதற்காகத்தான் இதைச் சொல்கிறேன். சொற்பொழிவாளர்

வரலாற்றில் என்னளவு அடக்குமுறைகளை வேறு யாரும் அனுபவித்ததுஇல்லை. ஆனாலும், எனக்குப் பயம் இல்லை. கூட்டம் இல்லாத நாளில்தான் பயமாக இருக்கும்.

எந்த மேற்கோளும் இல்லாமல் பேசி எனக்குள் பிரமிப்பு கொடுத்தவர் பேரறிஞர் அண்ணா. துணுக்குத் தோரணங்கள் இல்லாமல் ஆடம்பரமான வார்த்தைகளால் மேடைகளை ஆட்சி செய்த ஈ.வெ.கி. சம்பத். இருவரையும் பார்த்ததில்லை. ஆனால், என்னை அவர்கள் பாதித்திருக்கிறார்கள். சாகாவரம் பெற்ற சங்க இலக்கியங்களைப் பல நூற்றாண்டு இடைவெளிக்குப் பிறகு மேடைகளில் நடனமாடவைத்த நாவலர் நெடுஞ்செழியன், தந்தை பெரியாரின் தத்துவங்களை லாகவமாக அனைவரும் ஏற்றுக்கொள்ளும் நடையில் சொல்லிச் சொக்கவைக்கும் திருச்சி செல்வேந்திரன், புள்ளிவிவரங்களையும் ஆங்கில மேற்கோள்களையும் அநாயாசமாக அள்ளியெறிந்து பேசும் விடுதலை விரும்பி, ஒரு நவசர நாயகன் போல் மேடைகளை வசப் படுத்தி உரைமுருகனாக உலவி வந்த துரைமுருகன்... இவர்கள் எல்லாம் தொடக்க காலத்தில் என்னைப் பாதித்தவர்கள். இவர்கள் யார் சாயலும் இல்லாத ஒரு நடையை நான் பின்பற்ற விரும்பினேன். நகைச்சுவைத் துணுக்கு, கற்றறிந்த அறிஞர்களின் மேற்கோள், சமய இலக்கியங்களில் இருந்து உதாரணம், உணர்ச்சியின் முகட்டுக்கு அழைத்துச் சென்று அங்கிருந்து அப்படியே உருகவைப்பது என எல்லாம் கலந்த கதம்ப மாலைதான் என் பேச்சு என்று விமர்சகர்கள் சொல்வார்கள். அது உண்மைதான். எல்லாம் கலந்ததுதான் எல்லாரையும் ஈர்க்கும்.

தொடர்ந்து 65 நாட்கள் வெவ்வேறு ஊர்களில் பேசியிருக்கிறேன். இரண்டரை மாதங்கள் கழித்துத்தான் வீட்டுக்கே போனேன். ஒரு சொற்பொழிவாளனுக்கு எதுவெல்லாம் ஆகாதோ, அதுதான் என் ஆகாரம். பேசுவதற்கு முன் ஜில்லென்று ஒரு பாட்டில் ஃபேன்டா குடித்துவிட்டுத்தான் மேடை ஏறுவேன். முடித்து இறங்கியதும் இன்னொரு ஃபேன்டா. ஐஸ் வாட்டர், ஐஸ் மோர், கரும்பு ஜூஸ் இவைதான் எனக்கு அதிகம் பிடித்தது. கோவை ‘ஃப்ரெண்ட்ஸ் கேட்டரிங்’ ராதாகிருஷ்ணன், ராஜபாளையம் நவபாரத் நாராயண ராஜா ஆகிய இருவரும்தான் எனக்கு ஞானக் கடவுள்கள். நான் கேட்கும் புத்தகங்களை வாங்கித் தரும் வள்ளல்கள். நான் கேள்விப்பட்டுச் சொன்னால், அவர்கள் தேடிப் பிடித்துத் தருவார்கள். எந்த ஊரில் இறங்கினாலும் பேப்பர் கடையைத்தான் என் கண் தேடும். எல்லா மக்களும்

வாங்கும் பத்திரிகை முதல், எவனுமே வாங்காத பத்திரிகை வரை வாங்கும் ஒரே ஆள் நான்தான். எதையாவது படித்தால், அதை மேடைக்குத் தகுந்த மாதிரி மாற்றிக்கொண்டே இருக்கிறது மனம்.

சிலருக்குப் பேச்சு நா வாணிபம். சிலருக்கு அது அரசியல். சிலருக்கு அதுதான் வாழ்க்கை. எனக்குப் பேச்சுதான் மூச்சு. உண்ணாமல், உறங்காமல், உறவுகளுடன் பழகாமல் இருக்க முடியும். ஆனால், மேடையை என்னால் மறக்க முடியாது. இந்த மேடைகள், என்னை எப்போது நிராகரிக்கின்றவோ, அப்போது நான் பாடையில் இருக்க வேண்டும். தமிழ்நாட்டின் ஏதாவது ஒரு தெருவில், ஒரு மேடையில் பேசிக்கொண்டு இருக்கும்போது உயிர் பிரிய வேண்டும் என்பது என் கனவு. அதை நிறைவேற்று வாயா தமிழ்த் தாயே!"

✻

நீதிபதி சந்துரு

சென்னை உயர்நீதிமன்ற நீதிநாயகர்களில் ஒருவர் கே.சந்துரு. வழக்கறிஞர், நீதிபதி என எந்தப் பொறுப்பு வகித்தாலும் சாமானியர்களின் பிரதிநிதி. 'சட்டத்தின் முன் அனைவரும் சமம்' என்பதை நிரூபிக்கும் நீதிமான்.

"நான் நீதிபதியாகப் பொறுப்பேற்றபோது என் மீது அக்கறைகொண்ட பலர் விமர்சனம்தான் செய்தார்கள். 'நீங்கள் நீதிபதியாகப் பொறுப்பேற்றுக் கொண்டால் எங்களைப் போன்றவர்களுக்கு யார் வாதாடுவது?' என்பதுதான் அவர்களது கோபம். தொழிலாளர் உரிமை, மனித உரிமைகளுக்காகப் போராடிய நான், நீதிபதி ஆகிவிட்டால் மாறிவிடு வேன் என்று அந்த நண்பர்கள் நினைத்தார்கள். ஆனால், அது சரியல்ல. நீதிபதி என்ற பதவி யும் அதற்குக் கொடுக்கப்பட்டுள்ள அதிகபட்ச அதிகாரமும் மக்களுக்கு நல்லது செய்வதற்காக மட்டுமே வழங்கப்பட்டது. சட்டத்தை மக்களின் மேம்பாட்டுக்காக மட்டுமே பயன்படுத்தும் எத்தனையோ சிறப்பான நீதிபதிகளின் பாதையில் நானும் ஒருவனாக என் பயணத்தைத் தொடர்ந்தேன்.

நீதிபதி ஆசனத்தில் உட்காருவேன் என்பது மட்டுமல்ல... வழக்கறிஞர் தொழிலுக்கு வருவேன் என்றுகூட நான் நினைக்கவில்லை. என் அம்மா சரஸ்வதியை உறவினர்கள் 'சட்டம்' என்றுதான் செல்லமாகக் கூப்பிடுவார்களாம்.

எல்லா விஷயத்திலும் கறாராக, ரூல்ஸ் பேசும் மனுஷியாக அவர் இருந்ததால் அந்தப் பெயர். சென்னை தியாகராய நகரில் ஒரு வீட்டில் நாங்கள் வாடகைக்கு இருந்தோம். அந்த வீட்டின் உரிமையாளர் மகன் வழக்கறிஞர். 25 வெள்ளை பேன்ட், சட்டை வைத்திருப்பார். நிறைய புத்தகம் வைத்திருப்பார். இது ஆச்சர்யமாக இருந்தது. பள்ளியில் படிக்கும்போது 'வெனிஸ் நாட்டு வணிகன்' நாடகம் போட்டோம். அதில் எனக்கு நீதிபதி வேடம். அவ்வளவுதான் எனக்கு அந்த வயதில் சட்டம்பற்றித் தெரியும்.

கல்லூரி மாணவப் பருவத்தில், இடதுசாரி தொழிற்சங்கம், மாணவர் அமைப்புகளுடன் இணைந்து செயல்பட்டபோது, சட்டம் என்பதை ஒடுக்குமுறைக்கான கருவியாகப் பார்த்தேன். அத்தனை தொழிற்சங்க பிரச்னைகளுக்கும் மனு எழுதிக் கொடுப்பது முதல் பெயில் பாண்ட் தயார் பண்ணுவது வரை அனைத்தையும் நான் ஆர்வமாகச் செய்து தந்தேன். இந்திய மாணவர் சங்கத்தின் மாநிலச் செயலாளராக நான் இருந்தபோது, சிதம்பரம் அண்ணாமலைப் பல்கலைக்கழகத்தில் மாணவன் உதயகுமார் மர்மமான முறையில் இறந்துபோனான். உண்மை அறியும் குழுவாகப் போய் விசாரித்தோம். நீதிபதி என்.எஸ். ராமசாமி தலைமையில் விசாரணைக் கமிஷன் அமைக்கப்பட்டது. அவர் அப்போது கூடுதல் நீதிபதியாகத்தான் இருந்தார். 'அவர் நிரந்தரம் ஆக்கப்பட அரசாங்கத்தின் தயவு தேவை. எனவே, அவரால் சுயமாகச் செயல்பட முடியாது' என்று சென்னை உயர் நீதிமன்றத்தில் 'பார்ட்டி இன் ஃபெர்ஷனாக' வழக்குத் தாக்கல் செய்தோம். நீதிபதி ராம்பிரசாத் ராவ் இதை டிஸ்மிஸ் செய்தார். இதே மனுவை விசாரணைக் கமிஷன் நீதிபதி ராமசாமி முன்னாலும் கொடுத்தேன். 'எந்த அடிப்படையில் இந்த மனுவைத் தாக்கல் செய்கிறீர்கள்?' என்று கேட்டார். 'என் மனசாட்சி அடிப்படையில் மனு போட்டேன்' என்றேன். அதிர்ச்சி அடைந்துவிட்டார். விசாரணை முடிவில் நீதிபதி தனது செயலாளரிடம், 'சந்துருவை வக்கீலுக்குப் படிக்கச் சொல்லு' என்று சொல்லியிருக்கிறார். இதுதான் எனக்கான முதல் தூண்டுதல்.

சட்டக் கல்லூரியில் சேர்ந்தேன். படித்தேன். ராவ் அண்ட் ரெட்டி அலுவலகத்துக்கு அப்போதே போக ஆரம்பித்தேன்.

கட்சியா, வக்கீல் தொழிலா என்ற குழப்பம் வந்தது. வக்கீல் தொழிலைப் பார்த்துக்கொண்டே கட்சியில் இருக்கலாம் என்று முடிவெடுத்தேன். எமர்ஜென்சி தொடர்பாக நடத்தப்பட்ட இஸ்மாயில் கமிஷனில் நான் வாதாடியது எனக்குப் பெயர் வாங்கிக் கொடுத்தது. இலங்கைப் பிரச்னையில் முரண்பட்டு மார்க்சிஸ்ட் கம்யூனிஸ்ட் கட்சியில் இருந்து வெளியேற்றப்பட்டேன்.

'நீ வக்கீலாக மட்டுமே இருந்துவிடாதே, நீதிபதியாக ஆக வேண்டும்' என்று நீதிபதி சத்தியதேவ் சொன்னார். 'அப்படியொரு வாய்ப்பு வந்தால் மறுக்கக் கூடாது' என்று நீதிபதி கிருஷ்ணய்யர் வலியுறுத்தினார். மூன்றாண்டுகள் ஆகிவிட்டன நீதிபதி ஆசனத்தில் நான் அமர்ந்து. 'மை லார்டு', 'யுவர் லார்டுஷிப்' ஆகிய வார்த்தைகளை என்னுடைய நீதிமன்றத்தில் எவரையும் சொல்ல நான் அனுமதிப்பது இல்லை. நீதிபதிகள் நடந்து போகும் முன் செங்கோல் தாங்கிய ஒருவர் 'உஷ்... உஷ்..!' என்று ஒலி எழுப்பிச் செல்வதையும் நான் தடுத்தேன். ஆயுதம் தாங்கிய போலீஸ் பாதுகாப்பையும் மறுத்தேன். அவற்றால்தான் நீதித் துறையின் கௌரவம் காப்பாற்றப்படுவதாக நான் நினைக்கவில்லை.

நீதிபதி வி.ஆர்.கிருஷ்ணய்யரைப்போல் தீர்ப்பளிக்க வேண்டும், நீதிபதி சத்தியதேவ் போல நடந்துகொள்ள வேண்டும் என்பதுதான் என் இலக்கு. சட்டத்துடன் மனிதாபிமானம் மிக அவசியம் என்று தனது ஒவ்வொரு தீர்ப்பிலும் நிரூபித்தார் கிருஷ்ணய்யர். நீதிபதியானவர் எந்தப் பொது நிகழ்ச்சிகளிலும் கலந்துகொள்ளக் கூடாது, யாரிடமும் எந்த எதிர்பார்ப்பும் வைத்துக்கொள்ளக் கூடாது என்பதைத் தனது நடத்தைகள் மூலம் சத்தியதேவ் நிரூபித்தார். அதைத்தான் மிக முக்கியமான வழிகாட்டுதல்களாக நான் நினைக்கிறேன்.

இதற்கு நல்ல சட்டங்கள் இருந்தால் மட்டும் போதாது. அதைச் செயல்படுத்தும் நீதிமன்ற அமைப்பு சரியாக இருக்க வேண்டும். அதில் மிக முக்கியமான பொறுப்பும் கடமையும் வழக்கறிஞர்களுக்குத்தான் இருக்கிறது. எல்லா ஊர்களிலும் எல்லை தெய்வங்கள் மாதிரி காளி கோயில் இருக்கும். அதுபோல சென்னை உயர் நீதிமன்றத்துக்கு ஒரு பக்கம் ராஜாஜியும் இன்னொரு பக்கம் பிரகாசமும் சிலையாக நிற்கிறார்கள். சேலத்தில் இருந்து சென்னை வந்த ராஜாஜி, ஒத்துழையாமைப் போராட்டத்தின் காரணமாக வக்கீல் தொழிலுக்குச் செல்ல முடியவில்லை. பிரகாசம் அந்தக் காலத்திலேயே 95 ஆயிரம் ரூபாய் ஃபீஸ் வாங்கும் வக்கீலாக இருந்தவர். ஒத்துழையாமை இயக்கத்துக்காக நீதிமன்றத்துக்குச் செல்வதைத் தவிர்த்தார். பொது

நோக்கத்துக்காகப் போராடியதால்தான் அவர்களுக்கு இன்று இந்த மரியாதை. இப்படிப் பரந்துபட்ட நோக்கம் சட்டம் படித்த அனைவருக்கும் இருந்தால் மட்டுமே, சட்டத்தின் முழுமையான பயனை அடித்தட்டு மக்கள் அடைய முடியும்.

அசன் பானு. மிகச் சாதாரணப் பெண். மாநகராட்சி ஊழியரின் மனைவி. கணவர் இறந்த பிறகு வீட்டைக் காலி செய்யச் சொன்னார்கள். நீதிமன்றத்தில் தடை வாங்கினார். 'நீ எப்படித் தடை வாங்கலாம்?' என்று அரசு அதிகாரியால் மிரட்டப்பட்டார். உடனே, அதை ஒரு கடிதமாக மதுரை உயர் நீதிமன்றத்துக்கு அனுப்பினார். அதையே மனுவாக எடுத்து விசாரித்தேன். அந்த அதிகாரிக்கு 5 ஆயிரம் ரூபாய் அபராதம் விதித்தேன். அந்தப் பணத்தை அசன் பானுவை வாங்கவிடாமல் தடுத்தார்கள். ஆனால், அவரைச் சம்மதிக்கவைத்தேன். 'உனக்கு என்ன பிரச்னை வந்தாலும் கோர்ட்டுக்கு ஒரு கடிதம் போடு. நான் இங்கிருந்து போய்விடலாம். ஆனால், இந்தக் கோர்ட் எத்தனை ஆண்டுகள் ஆனாலும் இங்குதான் இருக்கும். உன்னைக் காப்பாற்றும்!' என்றேன். அவருக்கு மட்டுமல்ல... நீதிமன்றங்கள் அத்தனை அநியாயங்களையும் எதிர்க்கும் வாள். சமூகக் கொடுமை களைத் தடுக்கும் கேடயம். அதன் இந்த இரண்டு செயலையும் வேறு எதுவும் செய்யவே முடியாது.

'எவருக்கும் நீதியை மறுக்க மாட்டோம். எவருக்கும் நீதியைத் தாமதிக்க மாட்டோம். எவருக்கும் நீதியை விற்க மாட்டோம்!' என்ற மூன்று வாக்கியங்களுக்கும் 800 வயது இருக்கும். 13-ம் நூற்றாண்டில் 'மேக்னோகார்ட்டா' சொன்னவை இவை. இந்த மூன்றையும் கைப்பிடித்து நடந்தால், இன்னும் ஓராயிரம் ஆண்டுகளைத் தாண்டியும் சட்டத்தின் கம்பீரம் குலையாமல் இருக்கும்!"

✵

தமிழருவி மணியன்

தடையற்ற தமிழால், அருவி எனக் கொட்டும் குரலால், தமிழருவி மணியன் என்று அழைக்கப்படுகிறார். சுயநலம் இல்லாத சுயசிந்தனையாளரான மணியனுக்கு தமிழ்நாட்டு மேடைகளிலும் தமிழர்களின் இதயங்களிலும் தமிழ் இதழ்களிலும் ஓர் இடம் எப்போதும் உண்டு!

"தாயின் கருவில் இருக்கும்போது நான் முதலில் கேட்டது இந்தத் தமிழ் மொழி. அதனால், என் தாயை நேசிப்பது எவ்வளவு இயல்பானதோ, அதே போன்று தாய் மொழியாம் தமிழை நேசிப்பதும் இயல்பானது... இயற்கையானது.

என்னுடைய தமிழ் சொல்லும்போதே சுகம் வளர்ப்பது. நினைக்கும்போதே நெஞ்சில் இனியது. வாழ்க்கை நாணயத்தின் இரண்டு பக்கங்கள்தான் மொழியும் மரபும். மொழி அழிந்தால், காலம் காலமாகப் பேணிப் பாதுகாக்கப்பட்ட மரபும் அழிந்துபோகும். மொழி வளர்ச்சியின் மூலம்தான் மரபையும் மலரச் செய்ய முடியும்.

என் கல்லூரிப் பருவத்தில் தமிழைப் பாடமாக எடுத்து முதுகலை வரை பட்டம் பெற்று தமிழ்ப் பேராசிரியராக இந்த மண்ணில் வலம் வர வேண்டும் என்று நெஞ்சம் நிறைய ஆசைகளைச் சுமந்து நின்றவன்.

'தமிழ் படித்தால் தெருவில் தட்டேந்தி பிச்சை எடுப்பாய்' என்று என்னுடைய பெற்றோர் சொல்லி, என் வழித் தடத்தை மாற்றினார்கள். வரலாறு, சட்டம் என்று நான் படித்தாலும் என் காதல் என்றும் தமிழோடுதான். என் பெற்றோர் சொன்ன மாதிரி, மொழி என்பது என் வயிற்றுப்பாட்டுக்கு வழி தேடித் தரும் அட்சயபாத்திரம் இல்லை. ஒரு தொழிலுக்காகத் தாய் மொழியைக் கற்க நினைப்பதைவிட மூட நினைப்பு வேறு ஒன்றும் இல்லை. உலகத்தில் எனக்கு அடையாளத்தைத் தேடித் தருவது நான் பிறந்த இனமும், அந்த இனம் பேசும் மொழியும். மொழியைச் சார்ந்துதான் இனம் நிற்கிறது. இனத்தின் துணையுடன்தான் மொழி நடக்கிறது. என் இனத்தையும் மொழியையும் நான் மறந்தால், என் முகத்தையும் முகவரியையும் இழந்துவிடுவேன்.

தமிழ் வெறும் மொழி அல்ல. வெறும் கருவி அல்ல. அதுதான் என்னுடைய வாழ்க்கைப் பாதையில் எது சரி, எது தவறு என்பதைக் கற்றுத் தருகிறது. நல்லதை நான் அனுபவித்து என் அடுத்த தலைமுறைக்கு அதைத் தோள் மாற்றிக் கொடுத்துவிட்டுப் போக வேண்டும். என் தந்தை என்னுடைய தோளில் இறக்கிவைத்த தமிழை, அந்த மொழி வழிப்பட்ட பண்பாட்டை, என் பிள்ளையின் தோளில் இறக்கிவைக்காமல் போனால் நான் பிறந்து வாழ்ந்ததற்கே பயன் இல்லை.

தமிழ் இலக்கியம் கற்றுக்கொடுத்த வாழ்க்கை நெறிமுறைகளை மறந்ததால்தான், இன்று தமிழனின் வாழ்க்கைப் பாதையே சிக்கலானது என்று சத்தியம் செய்து சொல்வேன்.

'யாதும் ஊரே யாவரும் கேளிர்' என்று உலகத்துக்கு பொதுப் பண்பைச் சொல்லிக் கொடுத்தது தமிழ் இலக்கியம். அந்த ஒற்றை வரியில் சூழ்ந்துகிடக்கும் மனிதநேயத்தை உலகம் முழுவதும் பிரிந்துகிடக்கும் மனிதர்கள் உணர்ந்தால், மதம், இனம், மொழி, நாடு என அத்தனை பேதங்களும் மறந்து, அனைவரும் ஆரத் தழுவிக்கொள்ளும் சகோதரத்துவத்தை நான் உள்வாங்கிக்கொண்டால் எனக்கும் எவருக்கும் பகையும் இல்லை, பிணக்கும் இல்லை, பேதமும் இல்லை.

‘தீதும் நன்றும் பிறர் தர வாரா’ என்ற வரியைவிட மேலான தத்துவம் உண்டா? என் வாழ்வில் நான் காணும் நன்மையும் தீமையும் என் செயலால் விளைவதே தவிர, மற்றவர்களால் இல்லை என்பதை இரண்டாயிரம் ஆண்டுகளுக்கு முன் உலகத்துக்குச் சொல்லிக்கொடுத்தது என் தாய்மொழி அல்லவா?

உலகத்திலேயே ஒரு பெண்ணைக் காப்பிய நாயகி ஆக்கி, அவர் பெயரால் ‘மணிமேகலை’ என்ற காப்பியம் படைத்த ஆதி மொழி தமிழ். அந்த மணிமேகலை கையில் அமுதசுரபிப் பாத்திரத்தைப் பத்திரமாகக் கொடுத்து, ‘உண்டி கொடுத்தோர் உயிர் கொடுத்தோரே’ என்று சொல்லவைத்தவன் தமிழன்.

ஐங்குறு நூறு நூலில் ஒரு பெண் தன்னுடைய ஆசைகளை வெளிப்படுத்துகிறாள். அவை அனைத்தும் சுயநலத்தால் பூத்தவை அல்ல. பொதுநலச் சிறகு பூட்டிய சமுதாயச் சிந்தனைகள். மக்கள் அனைவரும் பசி, பிணி, பகை இல்லாமல் வாழ வேண்டும் என்று வேண்டினாள் அந்தப் பெண். சமூகத்தில் சரிபாதியான பெண்ணுக்குச் சமூக அக்கறை இல்லை, அவளுக்கு உரிமையானது சமையலறை மட்டும்தான் என்று இன்று வரை நினைக்கும் மக்கள் இருக்கும்போது, பல நூற்றாண்டுகளுக்கு முன்பே ஒரு பெண்ணின் மூலமாக உலகப் பிரகடனத்தை முழங்கவைத்த தமிழை என் தாய் மொழியாக வழங்கியதற்காக இறைவனுக்கு இதய நன்றியைச் சொல்வேன்.

இந்தத் தமிழ், இன்று தமிழ்நாட்டில் எந்த நிலையில் இருக் கிறது? ‘தமிழைத் தமிழனே மறந்த நாள் இந்நாள்’ என்றார் பாவேந்தர் பாரதிதாசன். ‘தமிழ்நாட்டுத் தெருக்களில் தமிழ்தான் இல்லை’ என்று கண்ணீர்விட்டான் அந்தக் கவிஞன். கல்வி நிலையங்களின் அனைத்து நிலைகளிலும் தமிழ் பயிற்று மொழியாக இல்லை. *1956*-ல் தமிழ் ஆட்சி மொழியாக அரங்கேறினாலும், இன்று வரை அரசின் அனைத்து நிர்வாகத் துறைகளிலும் தவழ வில்லை. உயர் நீதிமன்றத்தின் தாழ்வாரத்தில் என்னுடைய தமிழ் அநாதையாக ஆதரிப்பார் அற்று நீண்ட நெடுங்காலமாக நிற்கிறது. அதைக் கொண்டுபோய் நீதியின் இருக்கையில் அமர்த் துவதற்கு இன்று வரை வழி பிறக்கவில்லை.

‘தமிழோடு இசைப் பாடல் மறந்தறியேன்’ என்றார் அப்பர். சமயத் திருப்பணியில் நாளும் தமிழ் வளர்த்தார் சம்பந்தர். தமிழ் இசையில் இறைவனோடு நட்புகொண்டார் சுந்தரமூர்த்தி. திருவாசகத்தில் நெஞ்சம் உருகி அதை ஆங்கிலத்தில் மொழி

பெயர்த்தார் ஜி.யு.போப். அந்தத் தமிழுக்கு இன்று ஆலயங்களில் அரியணை இல்லை. இப்படிச் சகல தளங்களிலும் தமிழ் தள்ளி வைக்கப்பட்டு இருப்பது பாவம்.

தமிழில் பேசுவது பாவமானது. பெத்த தாய், தகப்பனைத் தமிழில் அழைப்பது பஞ்சமா பாதகமானது. தமிழ்ப் புத்தகத்தைக் கையில் வைத்திருப்பது கேவலமானது. சொந்தக் கடைக்குத் தமிழில் பெயர் சூட்டுவது அவமானமானது என்று நினைத்தவன் இன்று தமிழனாகப் பிறந்ததையே பாவமாகக் கருதுகிறான். தமிழனிடம் ஆழமான அறிவு இருக்கிறது. வலிமையான ஆற்றல் இருக்கிறது. ஆனால், போதிய அளவு மொழிப்பற்றும் இனப் பற்றும் இல்லாது போய்விட்டது. சோற்றுக்கு வழி தேடுவதில் என் தமிழினம் சுயநலமாகச் சுருங்கி விட்டது.

சோறு மட்டும்தான் வாழ்க்கை என்றால், சுதந்திரம் எதற்கு? அடிமை வாழ்க்கையில் நேரம் தவறாமல் சோறு கிடைக்குமே? சாதிக்கும் சமயத்துக்கும் தரும் முக்கியத்துவத்தை மொழிக்கும் இனத்துக்கும் தருவது இல்லை. சாதி, தமிழனைப் பிரிக்கும். சமயம், தமிழனின் ஒற்றுமையைக் குலைக்கும். ஆனால், மொழி ஒன்றுதான் அவனை ஒருதாய் மக்களாகப் பிணைக்கும். இந்த இணைப்புப் பாலத்தைப் பழுது அடையாமல் பாதுகாக்க வேண்டிய கடமை எல்லாத் தமிழனுக்கும் இருக்கிறது.

சாதி, பிறப்பால் தொடர்வது. மதம், என் தந்தை செய்த வழிபாட்டை நானும் செய்வதால் என்னுள் வந்து சேர்ந்தது. ஒரு சாதிக்காரனாக நான் இருக்கவும், ஒரு மதத்தைப் பின்பற்றுபவனாகத் தொடரவும் பயிற்சி தேவை இல்லை. ஆனால், மொழியைப் பராமரிக்கப் பயிற்சி தேவை. என் தந்தை பேசுவதைக் கேட்பதன் மூலம் நான் பேச முடியும். அந்த முயற்சியும் ஆர்வமும் இருந்தால்தான் என் மொழியை எழுத முடியும், வாசிக்க முடியும். இந்த முயற்சியில் ஈடுபடாத காரணத்தால்தான் பிஜித் தீவிலும், மொரீஷியஸிலும், தென்ஆப்பிரிக் காவிலும் வாழ்ந்த தமிழரிடம் தமிழ் காணாமல்போனது. இன்று புலம் பெயர்ந்து வாழும் தமிழர்கள் கூடி அமர்ந்து பேசுகிறபோது ஆங்கிலத்தில் பேசுவதைப் பார்த்து அதிர்ந்துபோனேன். வாழ்க்கைத் தேவையின் பொருட்டு எந்த நாட்டில் வாழ்ந்தாலும் அந்த நாட்டு மொழியைப் பேசலாம். ஆனால், வீட்டுக்குள் கணவனும், மனைவியும், பிள்ளைகளும் கூடியிருக்கும்போது தமிழைப் பேசாவிட்டால், அடுத்த தலைமுறைக்கு தமிழ் போய்ச் சேராது.

'இன்பம் எனப்படுதல் தமிழ் இன்பம்' என்றார் பாவேந்தர். 'செந்தமிழே உயிரே நறுந்தேனே...செயலினை மூச்சினை உனக் களித்தேனே' என்று சொன்னதும் அவனே. இவனது வார்த் தைகளைச் சொல்லித் தங்களை வளர்த்துக்கொண்டவர் களைத்தான் தமிழகம் அதிகம் பார்த்தது. தங்களுக்கு அதிகாரத்தை வாங்கிக் கொடுத்த தமிழுக்கு வளம் சேர்க்கும் திட்டங்கள் வரிசையாக அணிவகுத்திருந்தால், இன்று இந்த அவல நிலை வந்திருக்காது. இதயத் தூய்மையுடன் தமிழை நேசிக்கும் தலைமை இல்லாததால்தான் தமிழன் இன்று தமிழனாக இல்லை. அதற்காக நான் என் மொழிப்பற்றை எதன் பொருட்டும் எவருக்காகவும் விட்டுத் தர முடியாது!''

✽

கோணங்கி

'**நீ** நாடாறு மாதம், காடாறு மாதம் அலைபவன். உன்னைக் கேள்வி கேட்க யாருண்டு?' என்று வண்ணதாசன் சொன்னது கோணங்கியை!

'மதினிமார்கள்' கதையில் தொடங்கி 'சலூன் நாற்காலியில் சுழன்றபடி' வரை அவர் எழுதிய கதைகள் தமிழில் புது மொழி பேசுபவை. புனை கதைகளை நவீன மந்திரங்களுக்குள் குழைத்துத் தரும் எழுத்துப் பறவை கோணங்கி.

"நான்காம் வகுப்பு வாசித்த காலத்தில் எங்கள் பள்ளிக்கு ஒருவர் வந்தார். அவரது சட்டையில் சில குழந்தைகளின் முகங்கள். 'இந்தப் பிள்ளைகளைப் பாருங்கள். அவர்கள் கடலுக்குள் போய்விட்டார்கள். இனி வர மாட்டார்கள்' என்று கலங்கிய கண்களுடன் சொன்னார். தனுஷ்கோடியை நோக்கி வந்த ரயிலை, அப்போது அடித்த புயல் உள்ளே இழுத்துச் சென்றதில் நூற்றுக்கணக்கானவர்கள் அப்படியே சமாதியானார்கள். அதில் உள்ள முகங்களைத்தான் காட்டினார். அவருக்கு தனுஷ்கோடி வாத்தியார் என்று பெயர் வைத்தோம். ஐந்து பைசா, பத்து பைசா என கை நிறைய வசூலித்து, அவருக்குக் கொடுத்தோம்.

கடலுக்குள் போன ரயில் என்ன ஆனது என்று யோசித்தேன். 'தமிழ்நாடு' பத்திரிகையில் தனுஷ்கோடி பாலத்தின் படத்தைப் போட்டிருந்தார்கள். இரண்டு கைகளையும் விரித்து நிற்கும் பூதம் போல அது இருந்தது.

அந்தப் பூதம்தான் குழந்தைகளைக் கொண்டுபோனதாக நினைத்தேன். அந்த இடம், நிலம், கடல்... இப்போது எப்படி இருக்கும்? என்னுடைய கற்பனைப் பயணத்தின் ஆரம்பம் அதுதான்.

கிராமத்துத் தெருக்களைக் கடந்து இருந்தது பள்ளி. வீட்டில் இருந்து பள்ளி வரை செல்லும் சிமெண்ட் வாய்க்காலை சிலேட் குச்சியைக் கொண்டு கோடு இழுத்தபடி போவதும் வருவதுமாக இருந்தேன். ரோட்டை எனக்கான ஓடுபாதையாக நினைத்து ஓடிக்கொண்டே இருந்தேன். காது வடிந்த கலிங்க மேட்டுப்பட்டி பெண்கள் வயக்காட்டில் குலவை போடுவது, நென்மேனி மேட்டுப்பட்டி வயல்வெளி, கலிங்க மேட்டுப்பட்டி கம்மாய், 20 யானைகள் வரிசையாக நின்ற தோற்றத்தில் படுத்துக்கிடக்கும் குருமலை எனச் சுற்றி அலைந்ததில், எல்லாக் கிராமங்களிலும் மறைந்து திரியும் சூனியக்காரிகள் என்னை ஆட்கொண்டார்கள்.

பூட்டிக்கிடக்கும் வீடுகளின் வாசலைப் பார்த்து நிற்பேன். பழைய வீடுகள் சொன்ன சேதியில் இருந்துதான் என் கதையின் முதல் வரி துவங்குகிறது. எந்த ஊருக்குப் போனாலும் நான் தேடிப் பார்ப்பது அந்தக் கிராமத்துக்கு ஒரு காலத்தில் தாகம் தணித்த கிணறுகளை. பெண்கள் தங்களது அந்தரங்கத்தைப் பரிமாறிக்கொள்ளும் இடம் அதுதான். கிணற்றடிப் பெண்களின் தோற்றத்தில்தான் எல்லாக் கிராமங்களும் மறைந்திருக்கின்றன. நாகலாபுரத்தில் பார்த்த பம்பை, ஆதக்காள், வேடப்பட்டி பாட்டி எனது கதைகளில் உலவுகிறார்கள். பயணப் பாதையில் தரிசித்த முகங்கள் கதைக்குள் புதைகின்றன. ஊர் ஊராக அலைந்து நான் பார்க்கும் ஒவ்வொரு மனிதனின் முகத்திலும் ஒரு காகிதச் சுருள் எழுதப்பட்டுஇருக்கிறது.

வண்ணத்துப்பூச்சிகளைப் பிசாசுகள் என்று நினைத்து விரட்டிய ஆதிவாசிகள் முதல், மிருகங்களின் எலும்புகளை உப்பில் பதனிட்டு உலர்த்தியவாறு ஜிப்சிகளாகத் திரியும் குறத்திகள் வரை மனிதர்களைப் பார்க்கவே அலைகிறேன். பறவை, மனிதனின் கதையைச் சொல்லியவாறு நகரங்களின் மேல் பறந்து பார்க்கிறேன். வெளிப்படையாகத் தெரியும் கட்டடங்களைவிட, அதை எழுப்புவதற்கு முன்னால் இடிக்கப்பட்ட பாழடைந்த

பங்களாக்கள் மட்டுமே எனக்குத் தெரிகின்றன. பட்டினியும் வறுமையும் பின்துரத்த புதுமைப்பித்தன் அலைந்த சென்னைத் தெருக்கள், ஜி.நாகராஜன் களைத்தெறிந்த மதுரைத் தெருக்கள், கிருஷ்ண லீலா, பவளக் கொடி, நல்ல தங்காள், கோவலன் கதைகளை நாடகமாடி முடித்த தென்னகத்தின் அத்தனை கலைத் தெருக்களையும் கால்களால் அளந்தும் களைப்பு வரவில்லை. ஓடிய கால்களுடன் நில்லாமல் ஓடிக்கொண்டே இருக்கிறேன்.

மத்தியப்பிரதேசம் மண்மாடு ரயில்வே ஸ்டேஷனில் இறங்கி நடந்தால் மாங்கி, தூங்கி என்ற இரண்டு மண் மலைகள் இருக்கின்றன. நிர்மல் சாகர் முனிமகாராஜ் என்ற தமிழ்ச் சமணன் சமாதி அங்கே இருக்கிறது. 30 ஆண்டுகளுக்கு முன்னால் தமிழ்நாட்டுக்கு வந்து போனவன் அவன். காட்டுப் பூக்களைப் பறித்து அவனது சமாதிக்கு அஞ்சலி செலுத்தி இருக்கிறேன். கல்லும் மணலுமான விநோதப் பரப்பில் நடக்கும்போது வனதேவதைகள் நமக்குப் பாதுகாப்பாக வரும். சூரியனின் நிழல் படாத உஜ்ஜயினியில்தான் விக்கிரமாதித்தனின் 32 சிம்மாசனங்கள் இருக்கின்றன. புதிர்க் கதைகளுக்கான 24 கம்பளங்கள் இருக்கின்றன. அங்கு உட்கார்ந்து எனக்கும் கதைகளைத் தருமாறு கேட்கிறேன். காலன், எமன், தூதன் மூவருக்குமான கோயில் அங்குதான் இருக்கிறது. அந்தச் சிறு கோயில் ஏதோ ஒன்றை எனக்கு ரகசியமாகத் தருகிறது.

ஆந்திராவின் அமராவதிச் சிற்பங்கள் நம்முடைய கலையை அப்படியே சொல் கிறது. ஆனால், அங்கு முழுமையாக இல்லை. அதில் பாதி சென்னை மியூஸியத் தில்தான் இருக்கிறது என்றார்கள். இங்கு வந்து பார்த்தேன். இதிலும் முழுமையாக இல்லை. லண்டன் மியூஸியத்தில் இருப்பதைத் தெரிந்து... அங்கும் போய்ப் பார்த்தேன். ஆக, அமராவதிச் சிற்பங்களை முழுமையாகப் பார்த்துவிட்டேன்.

அதே ஆந்திரத்தில் நாகார்ஜுனகொண்டா சிற்பக்கூடம் என்னையே செதுக்கியது. ஆந்திரா, பௌத்தத்துக்கு முக்கியமான இடம். சமணம் செழித்த கர்நாடகா காட்கலா நான் பல முறை பார்த்தது. இந்த நூற்றாண்டின் முதல் நாளான 1.1.2000 அன்று அஜந்தாவில் இருந்தேன். ஒரு முறை பார்த்தால் உணர முடியுமா அஜந்தாவை? ஜப்பான் ஓவியன் ஒருவனை நான் பார்த்தேன். அஜந்தாவை 25 ஆண்டுகளாகத் தொடர்ந்து வந்து பார்த்துச் செல்வதாகச் சொன்னான்.

நாளந்தாவுக்கும் கயாவுக்கும் மத்தியில் ராஜகிரகம் என்ற நகரம் இருக்கிறது. பதவி, ஆசை, அதிகாரம் அத்தனையும்விட்டு வெளியேறிய புத்தன் அங்குதான் தங்கினான். அவனது காலடி

பட்ட இடத்தில் வெந்நீர் ஊற்றுகள் உருவானதாக ஐதீகம். அடுத்தது என்ன என்று அங்கே இருந்துதான் புத்தன் யோசித்தான். ஓர் இரவு அங்கு தங்கியிருந்தபோது, ஒளியற்ற இரவாக அந்த நிலவு தெரிந்தது. மத்தியப்பிரதேசத்தில் உள்ள சாஞ்சி நகரத்தைத்தான் என்னுடைய 'பாழி' நாவலில் கொண்டு வந்தேன். அது அசோகரின் மனைவி ஊர். அங்கு இருக்கும் ஆபு மலையைவிட்டு விலக அதிக நாட்கள் ஆகும். இப்படி என்னுடைய பயணம், மறைக்கப்பட்ட இடங்களைத் தோண்டிப் பார்ப்பதாக அமையும்.

போதி தர்மா, மார்க்கோபோலோ, யுவான் சுவாங் ஆகிய மூன்று பயணிகள் எனக்கு மலைப்பை ஏற்படுத்துபவர்கள். எந்த வசதியுமற்ற காலத்தில், தமது மன தைரியம் மட்டுமே அவர்களது மூலதனம். வானம், பூமி இரண்டு மட்டும்தான் பக்கத்துணை. அதில் போதி தர்மாவின் தைரியம் அசாத்தியமானது. காஞ்சிபுரத்தைச் சேர்ந்த வேடன் அவன். பௌத்தத் தத்துவத்தில் தேர்ந்த ஞானியாக மாறி, நாகப்பட்டினம், தனுஷ்கோடி வழியாக இலங்கை போய், அங்கே இருந்து சீனாவுக்குப் போனவன். தமிழகக் குஸ்தி யையும் கேரளக்களரிப் பயிற்றையும் அங்கு அறிமுகப்படுத்தியவன்.

தெரிந்த இடங்கள், பார்த்துப் பார்த்துச் சலித்த இடங்கள் என்று இல்லாமல் தொல்லியல் துறை யாலேயே தொலைக்கப்பட்ட பகுதிகளைத் தேடி வருகிறேன். எதையும் திட்டமிட்டுச் செய்வது கிடையாது. பிடித்த இடத்தில் விரும்பிய வரை இருக்க வேண்டும். ஆர்வமற்ற இடத்தை நொடியில் கடக்க வேண்டும். மதுரை போய்த் திரும்பலாம் என்று கோவில்பட்டியில் இருந்து பஸ் ஏறினால், மனம் என்னை மறுநாள் காலையில் காரைக்காலுக்குக் கொண்டுபோய்ச் சேர்க்கிறது. அந்தக் கடல் மாமல்ல புரத்தை நோக்கித் தள்ளுகிறது. சிற்பங்கள், தஞ்சாவூருக்கு அழைக்கின்றன. பெரிய கோயில், என்னை மீனாட்சியை நினைக்கத் தோன்றுகிறது. மீண்டும் மதுரைக்கு வருகிறேன். இடைப்பட்ட ஊர்களில் இருக்கும் இலக்கியத் தலைகள் எல்லாரையும் ஒரு தட்டு, செல்லக் குட்டு வைத்துவிட்டுத்தான் அவர்களிடம் இருந்து விடு படுகிறேன்.

இன்னமும் அலுப்புத் தட்டாமல் என்னை அரவணைத்துக் கொள்கிறது தனுஷ்கோடி. கடந்த 20 ஆண்டுகளில் 200 தடவைகள் தனுஷ்கோடி போயிருக்கிறேன். கறுப்பு ரயில், தனுஷ்கோடி, அல்பருனி பார்த்த சேவல் பெண், திறந்த விழிகளுடன் தூங்கும் ஸ்த்ரீகள், ராமனின் கற்பனையான தற்கொலைப் பாலம் எனப் பல கதைகளுக்கு அதுதான் கரு. 'பாழி' நாவலும் அதுதான். தனுஷ்கோடி புயலில் அடித்துச் செல்லப்பட்ட ரயிலில் சமாதியான

பிணங்கள், எலும்புகள், அவர்கள் அணிந்திருந்த செருப்புகள் என எல்லாவற்றின் எச்சங்களும் இன்னமும் இருக்கின்றன. செத்துப்போன பெண்களின் நகைகளைத் திருடி வாழ்ந்த ஒருவன் இன்று அங்கு பைத்தியமாக அலைகிறான். கடைசியாக பச்சைக் கொடி அசைத்து அந்த ரயிலை அனுப்பிய ஸ்டேஷன் மாஸ்டரைப் பார்த்தேன். அந்த மணல் பரப்பில் கால்களைப் பதித்து நடக்கும்போது நானும் சில நாய்களும் மட்டும்தான் சுற்று எல்லையில் இருப்போம். என்னுடைய வேகத்துக்கு நடக்க முடியாமல் மூச்சை இழுத்து நின்றுவிடும் நாய்கள். தனியாகப் போவேன். ரப்பர், தோலில் செய்யும் செருப்புகள் தேயும் என்பதால், டயர் செருப்புகளைப் பயன்படுத்துவேன். புனை கதை நூலகமாக, மணல் நூலகமாக எனக்கு அது தெரிகிறது. அந்த ரயிலில் நானும் போய்க்கொண்டு இருப்பதாகவே உணர்கிறேன்.

எழுதுபவனுக்கு எழுத்தின் மூலமாகத்தான் ஜீவனே நகரும். எனக்கு அந்த ஜீவனைச் சூடாக வைத்திருப்பதே பயணங்கள்தான். அது என்னை வேறொன்றாக மாற்றுகிறது. புவிப்பரப்பை முழுமையாகப் பார்க்க எல்லா இடங்களையும் அகலமாகப் பாருங்கள். பார்க்காத இடம் பார்த்தல் சுகம். புது இடம் பார்த்தால் அதீதக் கற்பனை பிறக்கும். கற்பனையில் மிதக்காத மனிதனைச் சொல்லுங்கள். அவனையும் அலைந்து பிடிப்பேன்!''

❋

'ஓசை' காளிதாசன்

சுற்றுச்சூழல் ஆர்வலர்கள் அனைவரும் அறிந்தவர் கோவை காளிதாசன். 'ஓசை' என்ற பெயரைவைத்து சத்தம் இல்லாமல் பல சாதனைகளைச் செய்துவரும் இளைஞர். மேற்குத் தொடர்ச்சி மலையைக் காக்கப் போரிடும் மனிதர்!

"மரம் வளர்ப்போம்; மழை பெறுவோம்" என்று நினைக்கும்போது கொஞ்சம் மரக்கன்றுகளை நட்டுவைத்துவிட்டு, அதை மாடு தின்றுவிட்டுப் போவதுபற்றிக்கூட கவலைப்படாமல் இருப்பதல்ல சுற்றுச்சூழல். இது பொழுதுபோக்கோ ஓய்வுநேரப் பணியோ அல்ல. அரசியல், பொருளாதாரம், சமூகவியல் கலந்த நம் வாழ்க்கையுடன் சம்பந்தப்பட்ட வேலை இது. எனவேதான் நான் பார்த்து வந்த வங்கிப் பணியை விட்டு விலகி முழுமையான சூழலியல்வாதியாக வலம் வர ஆரம்பித்தேன்.

கோத்தகிரி அருகில் உள்ள குயின்சோலை நான் பிறந்த ஊர். பெயரைப் போலவே அழகான ஊர். பள்ளிப் படிப்புக்காக கோவை வந்தேன். இலக்கியம், திராவிட அரசியலில் ஆர்வமான நண்பர்கள் சேர்ந்தோம்.

ப. திருமாவேலன் ⊙

அதன் எல்லைகள் விரிந்தபோது சுற்றுச்சூழல் ஆர்வம் வந்தது. வண்ணத்துப்பூச்சியை ரசித்துக் கவிதை எழுதுவதைவிட வண்ணத்துப்பூச்சி என்ற இனத்தைக் காப்பாற்றுவதுதான் இன்றைய தேவை என்று நினைத்தேன்.

இயற்கையை ரசிப்பது வேறு. நேசிப்பது வேறு. ரசிப்புக்கு அழகியல் தொடர்பு மட்டும்தான் இருக்கும். ஆனால், நேசிப்பவனுக்குத்தான் உறவு ஏற்படும். இன்று சுற்றுச்சூழலின் காதலன் நான்.

15 ஆண்டுகளுக்கு முன்னால் எங்களைப் போன்ற சுற்றுச்சூழல்வாதிகளை வளர்ச்சியின் எதிரிகள் என்று குற்றம் சாட்டினார்கள். மனிதர்களைப்பற்றிக் கவலைப்படாமல் மரம், செடி, கொடிகளைப்பற்றிக் கவலைப்படுபவர்கள் என்று கொச்சைப்படுத்தினார்கள். ஆனால், இன்று சகல தரப்பினரும் பேசும் விஷயமாக இது இருக்கிறது. வளர்ச்சிக்கு எதை எதிரி என்றார்களோ, அதுதான் இன்று வளர்ந்த நாடுகளின் முக்கியமான முழக்கமாக இருக்கிறது.

1972-ம் ஆண்டு ஜூன் மாதம் 5-ம் தேதி உலகச் சுற்றுச்சூழல் மாநாடு ஐக்கிய நாடுகள் சபையின் சார்பில் ஸ்வீடன் நாட்டில் நடந்தது. உலகின் எல்லா நாட்டுத் தலைவர்களுக்கும் அழைப்பு விடுக்கப்பட்டது. ஆனால், இரண்டு தலைவர்கள்தான் வந்திருந்தார்கள். ஒருவர், அந்த மாநாடு நடந்த ஸ்வீடன் பிரதமர் உலாப் பால்மே. இன்னொருவர், நம் பிரதமர் இந்திராகாந்தி. ஆனால், கடந்த வாரத்தில் டென்மார்க்கில் நடந்த சுற்றுச்சூழல் மாநாட்டில் உலகத் தலைவர்கள் அத்தனை பேரும் ஐக்கியமாகி இருக்கிறார்கள். காரணம் என்ன? பூமி சூடாகிக்கொண்டே இருக்கிறது.

அடுத்த 50 ஆண்டுகளில் எந்த நாடு இருக்கும், எது இல்லாமல் போகும் என்ற கவலையும் பயமும் எல்லார் முகங்களிலும் அப்பி இருக்கிறது. எனவேதான் தனக்குத் தலைவலியும் வயிற்றுவலியும் வந்தது மாதிரி கூடியிருக்கிறார்கள்.

உலகம் வெப்பமாகி வருவதற்கு என்ன காரணம்? சூரியன் மூலமாகத்தான் பூமிக்கு வெப்பம் கிடைக்கிறது. உலகம் தோன்றிய காலத்தில் இருந்து இது உண்மை. ஆனால், இன்று அது அதிகமாகி வருவதற்கு சூரியனைக் குற்றம் சொல்ல முடியாது. பூமி தனக்குக் கிடைக்கும் வெப்பத்தின் ஒருபகுதியை மறுபடியும் திருப்பி அனுப்பிவிடுகிறது. அதனால் நமக்கு வெப்ப சக்தி தேவையான அளவில் மட்டும் இருந்தது. ஆனால், சில பத்து ஆண்டுகளாகத் திருப்பி அனுப்பப்பட்ட பிறகும் வெப்பத்தின்

அளவு கூடுதலாகவே இருந்ததற்கு, தொழிற்சாலைகள், வாகனங்கள் பெருக்கம்தான் காரணம். விஞ்ஞான வளர்ச்சி, தொழிற்சாலைகள் பெருக்கம், வாகனங்களின் எண்ணிக்கை அதிகரிப்பு ஆகிய காரணங்களால் வெப்பம் அதிகமாக வெளியேறி வருகிறது. கடந்த ஒன்றரை நூற்றாண்டு காலமாக வெப்பம் அதிகமாகிவிட்டது. இப்படியே போனால், இன்னும் 50 ஆண்டுகளில் இமய மலையின் பனிப்பரப்பு மொத்தமாக உருகிவிடும். அது நடந்தால், கங்கை இருக்காது. சிந்து இருக்காது. பிரம்மபுத்ரா இருக்காது. இந்தியா, சீனா, பங்களாதேஷ் என உலகின் 25 சதவிகித மக்களுக்கு வாழ்வாதாரமாக இருக்கின்ற இமயத்தின் பேரழிவை இந்த உலகத்தால் தாங்க முடியாது. அதுமட்டுமல்ல, கடல் மட்டம் உயர ஆரம்பிக்கும். 50 ஆண்டுகளில் மாலத்தீவே இருக்காது என்று சொல்லி இருக்கிறார்கள். 50 கி.மீ. கடல் வெளியே பீறிட்டால், சென்னை, மும்பை உள்ளிட்ட நகரங்களே இருக்காது. எனவேதான் மாலத்தீவு தன் கவலையை உலகத்துக்குத் தெரிவிப்ப தற்காக தனது அமைச்சரவைக் கூட்டத்தைக் கடலுக்குள் நடத்தி இருக்கிறது. நேபாளம் தனது அமைச்சரவையை எவரெஸ்ட் சிகரத்தில் கூட்டியது. இந்தியா எங்கு கூட்டப்போகிறது என்பது தெரியவில்லை. ஆனால், நாம் என்ன செய்யப்போகிறோம்?

நம்மிடம் உள்ள வளங்களை முதலில் காப்பாற்றியாக வேண்டும். நம்மிடம் மேற்குத் தொடர்ச்சி மலை இருக்கிறது. அது வெறும் மலை மட்டுமல்ல. தமிழகம், கர்நாடகம், கேரளா, ஆந்திரா ஆகிய நான்கு மாநிலத்துக்கும் அதுதான் தாய். 1,500 மீட்டருக்கு மேலே உள்ள குன்றுகளில் உள்ள புல்வெளிகள் அப்படியே மழைநீரைத் தேக்கிவைக்கும் தன்மைகொண்டவை. நான்கு நாட்கள் மழை பெய்தால், நான்கைந்து மாதங்களுக்கு நீரைத் தேக்கிவைத்திருக்கும். இந்தப் புல்வெளியை ஒட்டித்தான் தனித்துவம் மிக்க சோலைக் காடுகள் இருக்கின்றன. இங்கிருந்து புறப்படும் சிறுசிறு ஓடைகள் சிற்றாறுகளாக மாறி அந்தச் சிற்றாறுகள் சில இணைந்து தென்னக நதிகளாகப் பாய்கின்றன. உலகம் முழுவதும் 18 உயிர்ச்சூழல் மண்டலங்கள் இருப்பதாக அறிவித்துள்ளார்கள். அதில் மேற்குத் தொடர்ச்சி மலையும் ஒன்று. இதையும் நெல்லை களக்காடு முதல் கேரளா வரையிலான அகஸ்தியர் மலையையும் உயிர்வாழ்வு உயிர்க்கோளமாக அறிவித்து உள்ளார்கள்.

இந்த இடங்களை நம் கேளிக்கைக்கான சுற்றுலாத் தலமாக மலினப்படுத்திக்கொண்டு இருக்கிறோம். அந்த இடத்தைப் பார்க்கப் போகக் கூடாது என்று சொல்லவில்லை. அது களியாட்டங்களுக்கான இடம் அல்ல என்கிறேன். இதில் எதையும்

நீங்கள் எத்தனை ஆயிரம் கோடி கொடுத்தாலும் உருவாக்க முடியாது. காடு, காடாக இருக்க வேண்டும். மலை, மலையாக இருக்க வேண்டும். உங்கள் வசதிக்குச் சாலையும் கட்டடங்களும் ஏன் எழுப்ப வேண்டும்? இந்த பசுமைப் பரப்பு அப்படியே இருந்திருந்தால், பூமி வெப்பமடையும் காலம் தோன்றியிருக்காது. எத்தனை மரம் போனாலும் பரவாயில்லை, கதவு கிடைத்தால் போதும் என்று நினைத்ததன் விளைவு... வாழ்க்கையை இழக்கப் போகிறோம். வளர்ச்சி என்பது வேறு. நிரந்தர வளர்ச்சி என்பது வேறு. எதுபற்றியும் கவலைப்படாமல் ஏற்றுமதி, இறக்குமதி கணக்கை மட்டும் பார்ப்பது வளர்ச்சி. வருங்காலத் தலைமுறைக்கு எந்தப் பாதிப்பும் ஏற்படுத்தாத செயல்பாடுகளைச் செய்வது நிரந்தர வளர்ச்சி. வளர்ந்த நாடான ஜப்பான் தன்னிடம் உள்ள 60 சதவிகிதக் காடுகளை அப்படியே வைத்திருக்கிறது. அமெரிக்கா, தனக்குத் தேவையான மரங்களை வெளிநாடுகளில் இருந்தே வரவழைக்கிறது. இந்த விவரம் நமக்கு வேண்டாமா?

சத்தியமங்கலம் முதல் சாம்ராஜ் நகர் வரை ரயில்பாதை அமைக்க தெங்குமரகடா வனப்பகுதியைச் சிதைக்க நினைத்தபோது எங்களைப் போன்ற பல அமைப்புகள் சேர்ந்து எதிர்த்தோம். முதுமலையில் அணு நுண் துகள் காப்பகம் வரப்போகிறது என்றதும் கடுமையாக எதிர்த்தோம். போபாலில் அமைக்கப்பட்ட நிறுவனம் அமெரிக்காவால் தடை செய்யப்பட்டது. எத்தனை உயிர்களை அதனால் பலி கொடுத்தோம். இன்று ரஷ்ய அணு உலைகள், கூடங்குளத்தில் நிரந்தரமாகிவிட்டன. வெளிநாடுகள் கப்பல்களில் கழிவுகளை ஏற்றி இங்கு அனுப்பிவைக்கும் கொடுமையும் நடக்கிறது. தங்கள் நாட்டில் நிராகரிக்கப்பட்ட நிறுவனங்களை அமைக்கவும், கழிவுகளைக் கொட்டவும், உலக வல்லரசுகளுக்கு இந்தியா என்ன குப்பைத் தொட்டியா?

ஒரு யூனிட் மின்சாரம் தயாரிக்க அரை கிலோ நிலக்கரி எரிக்கப்படுகிறது. அவசியம் இல்லாமல் ஓடும் காற்றாடியை அணைப்பதன் மூலமாக உங்கள் வீட்டு மின் கட்டணம் மட்டும் குறைவது இல்லை. அரை கிலோ நிலக்கரி எரிவதும் தடுக்கப்படுகிறது. அதனால் ஏற்படும் சுற்றுச்சூழல் மாசும் தடுக்கப் படுகிறது. டென்மார்க், ஸ்வீடன் போன்ற நாடுகளில் ஷேர் கார்கள் வந்துவிட்டன. எல்லோர் வீட்டிலும் கார் இருக்கும். ஆனால், நான்கைந்து பேர் சேர்ந்து ஒரே காரில் பயணம் போவார்கள். மூன்று கார்களின் மாசு குறையும். பொதுவான போக்குவரத்துக்கு அனைவரும் தங்களைப் பயன்படுத்திக்கொள்ள வேண்டும்.

இரண்டாயிரம் ஆண்டுகளுக்கு முன்னால் கடவுள் வாழ்த்து சொல்லிக்கொண்டு இருந்த காலத்தில் இயற்கை வாழ்த்து சொன்னது தமிழனின் சிலப்பதிகாரம். மீண்டும் பாடுவோம்...

ஞாயிறு போற்றுதும்
ஞாயிறு போற்றுதும்,
திங்களைப் போற்றுதும்
திங்களைப் போற்றுதும்,
மாமழை போற்றுதும்
மாமழை போற்றுதும்!''

தோழர் தியாகு

எந்தப் பிரச்னையைக் கையில் எடுத்தாலும் அதன் இலக்கை அடையாமல் விடுவதில்லை தோழர் தியாகு. பிடிவாதமான போராட்டக்காரர். கனமான எழுத்தும் கறார் பேச்சும் இவரின் இயல்பு. தமிழ்த் தேசிய விடுதலை இயக்கத்தின் மூலம் இவர் முன்னெடுத்து வரும் போராட்டங்கள் எப்போதும் அதிகாரவர்க்கத்தை அச்சுறுத்துபவை!

"நான் போராடுவதாக நினைக்கவில்லை. என் இயல்பில் நான் இருக்கிறேன். 'போராட்டமே வாழ்க்கையாச்சு நீரோட்டம் போல...' என்ற பாட்டைப் போல என்னுடைய பாடும் ஆகிப்போனதற்குக் காரணம், கோபங்கள்தான். சுதந்திர மனிதனைச் சுண்டவைக்கும் அத்தனை நெருக்கடிகளையும் நான் எதிர்க்கிறேன். அடங்க மறுக்கிறேன். விடுதலை என்ற மாற்றைத் தவிர எந்தச் சமாதானத்தையும் நான் ஏற்கவில்லை. எனவே போராடுகிறேன்.

படிக்கிற காலத்தில் ஏற்பட்டது இந்தக் குணம். கும்பகோணம் அரசினர் கல்லூரியில் படித்த காலத்தில் காங்கிரஸ்காரன் நான். காமராஜர் தொடங்கிய தேசிய மாணவர் தமிழ் வளர்ச்சிக் குழுவில் நானும் இருந்தேன்.

சோசலிஸப் பயிற்சி முகாம் நடத்தி னோம். அப்போது காங்கிரஸில் இருந்த நிலச்சுவான் தார்களான பூண்டி வாண்டையார், மூப்பனார் போன்றவர்களை எதிர்த்து கேள்விகள் கேட்டோம்.

'நிலச்சீர்திருத்தம்தான் வந்துவிட்டதே' என்று சி.சுப்பிரமணியம் கேட்டார். 'ஆனால், பினாமிகள் பெயர்களில் நிலங்களை மாற்றித் தப்பிக்கொண்டு விட்டார்களே' என்று நானும் என் தோழன் டி.என்.கோபாலனும் கேட்டோம். வாக்குவாதம் வந்தது. கோபித்துக்கொண்டு வெளியே போய் விட்டார் சி.சுப்பிரமணியம். இதைத் தொடர்ந்து '10 அம்சத் திட்டம்' என்ற புத்தகம் எழுதி வெளியிட்டேன். இதில் கம்யூனிஸ வாடை அதிகம் வீசுவதாக காமராஜரிடம் புகார் செய்தார்கள்.படித்துப் பார்த்த அவர் 'நான் எழுதியது சரிதான்' என்று தீர்ப்பளித்தார். அடுத்த சில நாட்களில் நடந்த இன்னொரு கூட்டத்தில் துளசி வாண்டையாரை, 'நண்பர் துளசி அவர்களே' என்று அழைத்தேன். இப்படியே அதிக நாட்கள் சண்டை போட முடியவில்லை. காங்கிரஸில் இருந்து விலகி கம்யூனிஸ்ட் கட்சிக்குள் ஐக்கியமானேன்.

மார்க்சிஸ்ட் – லெனினிஸ்ட் அமைப்பு நிலச் சுவான்தார்களை அழிக்கும் போராட்ட முறையைக் கையில் எடுத்தது. வர்க்க எதிரியை அழித்தொழிக்கும் வேலை எனக்கு தரப்பட்டதால் வீட்டைவிட்டு வெளியேறினேன். கொலை வழக்கில் கைதாகி 1970 செப்டம்பரில் சிறைக்குப் போய்விட்டேன். அதற்கு பிறகுதான் உண்மையான போராட்டங்கள் ஆரம்பமானது. இன்றைக்கு சிறைக் கைதிகள் அனுபவிக்கும் பல்வேறு சலுகைகள் நாங்கள் அந்தக் காலத்தில் போராடி வாங்கியவை. படிக்கப் புத்தகங்கள் கேட்டு, கழிப்பறை வசதி கேட்டு, உணவில் சரியான அளவு வேண்டும் என்று சொல்லி வாரம்தோறும் ஏதாவது போராட்டம் நடத்துவோம். ஏ.ஜி.கஸ்தூரிரங்கன், கைதிகளுக்காக 'சிறைக் கைதிகள் நல உரிமைச் சங்கம்' ஆரம்பித்தார். ஒரு கட்டு பீடியும், 50 பைசாவும்தான் சந்தா. சிறையில் எனக்கு இது தேவை என்று கோரிக்கைவைக்கலாம். ஆனால், எங்களுக்கு இது வேண்டும் என்று கேட்க முடியாது. ஆனால், அதையும் சர்வசாதாரணமான விஷயமாக மாற்றினோம். 'சுதந்திரத் தாகம்' என்ற கையெழுத்துப் பத்திரிகையும் சிறைக்குள் நடத்தினோம்.

இதன் உச்சகட்டமாக 50 அம்சக் கோரிக்கைகளைத் தயார் செய்து ஒருநாள் காலையில் அனைவர் கையிலும் கொடுத்து வாசிக்கவைத்தோம். அவை டைப் அடிக்கப்பட்ட பிரதிகள். இது எப்படி வந்தது என்று அலறியது சிறை.

சிறைக் கைதி செத்தால் காக்கா செத்தது மாதிரி என்று அந்தக் காலத்தில் சொல்வார்கள். ஆனால், கைதி செத்தால் கமிஷன் வரும் என்று தனது போராட்டங்களின் மூலமாக நிரூபித்துக்காட்டினார் என்னுடைய தோழன் லெனின். சிறைக் கைதிகளுக்கு இப்படி எத்தனையோ உரிமைகளை போராடி வாங்கித் தந்த நான் 14 ஆண்டுகள் கழித்து விடுதலை ஆனேன். உள்ளுக்குள் இருக்கும்போதே மார்க்சிஸ்ட் கம்யூனிஸ்ட் கட்சிக்குள் இணைந்துவிட்டேன்.

ஆனால், ஈழத் தமிழர் பிரச்னையை அக்கட்சி சரியாக அணுகவில்லை. அதை என்னால் ஏற்க முடியவில்லை. மார்க்சியத்தின் அடிப்படை விஷயமான தேசிய இனப் பிரச்னையில் கட்சி நழுவி வருவதாக நினைத்தேன். தோழர் சந்துருவும் (இப்போதைய உயர் நீதிமன்ற நீதிபதி) இதே எண்ணத்துடன் கட்சியுடன் முரண் பட்டார். ஈ.எம்.எஸ்.நம்பூதிரிபாடுடன் பேச்சுவார்த்தை நடத்தச் சொன்னார்கள். எங்களது வாதங்களை அவரால் மறுக்க முடியவில்லை. அதே சமயம் ஏற்கவும் முடியவில்லை. கடைசியில் வெளி யேறினேன். திலீபன் மன்றம் ஆரம்பித்தேன். 18 ஆண்டுகளாக தமிழ்த் தேசியம், தாய் வழிக் கல்வி, தனித் தமிழீழம், மனித உரிமை எனப் பல்வேறு நோக்கங்களுக்காகப் போராடி வருகிறேன்.

எதை எடுத்தாலும் எதிர்ப்பவர்கள் என்று போராட்டக் காரர்களைக் கொச்சைப்படுத்துவார்கள். 'இவங்களுக்கு வேற வேலை இல்லைப்பா. சும்மா சும்மா கோஷம் போடுவாங்க' என்று கிண்டல் அடிப்பார்கள். இவர்களுக்கும் சேர்த்துத்தான் நாங்கள் போராட்டங்களை முன்னெடுக்கிறோம். மொழி, பண்பாடு, ஒழுக்கம், அறம் எல்லாவற்றையும்விட முக்கியமானது பணம் என்று இன்று கற்பிக்கப்படுகிறது. போட்டிகள் நிறைந்த உலகத்தில் பணம் சம்பாதிப்பதை மட்டுமே நோக்கமாகக்கொண்ட சுயநல ஊசிகள் தன்னம்பிக்கை உணர்ச்சிகளாக மனித உடல்களில் ஏற்றப்படுகின்றன. லாட்டரியில் பணம் விழுவது சிலருக்குத்தான். ஆனால், லட்சக்கணக்கானவர்களுக்கு லாட்டரி ஆசை திணிக்கப்படுகிறது. சீட்டு விளையாட்டில் வெற்றி பெறுபவன் ஒருவன்தான். ஆனால், பலரும் கடன் வாங்கி பெட் கட்டுகிறார்கள். இப்படிப்பட்ட சூது மனநிலையே இன்றைய தட்பவெப்ப நிலையாக ஆகிவிட்டது. இங்கு போராட்டக்காரர்கள் எப்படி வர முடியும்?

'அக்னிக் குஞ்சொன்று கண்டேன், அதை அங்கொரு காட்டிலோர் பொந்திடை வைத்தேன், வெந்து தணிந்தது காடு; தழல் வீரத்தில் குஞ்சென்றும் மூப்பென்றும் உண்டோ..?' என்று கேட்டவன் பாரதி. அப்படிப்பட்ட அக்னிக் குஞ்சுகள் குறைந்து வரு

வதற்கு என்ன காரணம்? அதை உருவாக்க வேண்டிய இயக்கங்கள் தங்களது உயிரோட்டங்களைத் தொலைத்துவிட்டதுதான். பொருளாதாரவாதம் பேசிக்கொண்டே தேர்தலைக் குறிவைக்கும் அமைப்புகளாக இடதுசாரிக் கட்சிகள் தேய்ந்துவிட்டன. தலைவர்களை மட்டும் பூஜிக்கும் கட்சியாக தி.மு.க-வும் அ.தி.மு.க-வும் மாறிவிட்டன. மாற்று அமைப்புகளாகத் தங்களை அடையாளப்படுத்திக்கொள்ளும் மார்க்சிய, லெனினியக் குழுக்கள் செயலற்ற தீவிரவாதங்களைச் சிக்கெனப் பிடித்துக் கொண்டு இருக்கிறார்கள். இந்த மூன்றுமே மக்களது போராட்ட உணர்வுகளுக்குத் தூண்டுதலாக இல்லை.

தன் பெண்டு, தன் பிள்ளை, சோறு, வீடு, சம்பாத்தியம்... இவை உண்டு, தானுண்டு என்று இருப்பது சுகம்தான். ஆனால், அறம் ஆகாது. அடுத்த வீட்டில் அழுகைச் சத்தம் கேட்கும்போது அது நம்மைப் பாதிக்கவில்லை என்றால், கொஞ்சம் கொஞ்சமாக மரத்துப்போகிறோம் என்று அர்த்தம். 'சொந்தச் சகோதரர் துன்பத்தில் சாதல் கண்டும் சிந்தை கலங்கிலார்' என்று இதைத்தான் சொன்னான் பாரதி. நாளை இது உனக்கே நடக்கும்போது மற்றவர்களும் இப்படித்தான் வேடிக்கை பார்ப்பார்கள் என்பதை அனைவரும் உணர வேண்டும். போராட்டம் என்பது ஆயுதம் தாங்குவது அல்ல. அனைவரும் ரோட்டில் நிற்பதும் அல்ல. அவரவர் எதிர்ப்பை ஏதாவது ஒரு வகையில் காண்பிப்பது. '30 கோடிப் பேரும் சேர்ந்து மூச்சுவிட்டால் போதும்... அது வெள்ளையனை அவனது நாட்டுக்கு விரட்டிவிடும்' என்று வ.உ.சி. சொன்னது மாதிரி ஏதாவது ஒருவகையில் முடிந்தவரை போராடலாம். 'மக்கள் தங்களது சுதந்திரத்தை வென்றடைய வேண்டும் என்று முடிவெடுத்தால் ஆகாய விமானங்களைக் கல்லெறிந்து வீழ்த்துவார்கள். டாங்கிகளை வெறும் கையால் திருப்புவார்கள்' என்று சொன்னான் ஃபிடெல் காஸ்ட்ரோ.

போராட்டங்கள்தான் எல்லாக் கொடுமைகளுக்கும் முற்றுப் புள்ளி வைத்திருக்கின்றன. கோபமான பிள்ளைக்கு சோறு கொஞ்சம் சீக்கிரமாகவே கிடைக்கும்!

வரலாறு இப்படிப்பட்ட போராட்டக்காரர்களுக்கு மட்டுமே சொந்தமானது. அடிமை வாழ்க்கை வாழ்ந்து பழகியவர் குறித்து யாரும் ஆராய்ச்சிகள் செய்வது இல்லை. போராடி வென்றவர் குறித்து எழுதப்பட்ட புத்தகங்களால் நூலகங்கள் நிரம்பி வழிகின்றன. அந்தப் போராட்டக்காரர் வரிசையில் இணைத் துக்கொள்ளவே நானும் போராடுகிறேன். நிறைய இடங்கள் காலியாக இருக்கின்றன. நீங்களும் வாருங்கள்!"

✻

ச.முகமது அலி

மேட்டுப்பாளையம் முகமது அலி... காடுகளின் காதலர்! 30 ஆண்டுகளாக வனங்களுக்குள் வட்டமிடும் மனித வண்டு. யானைகள் அழியும் பேருயிர், நெருப்புக் குழியில் குருவி, பாம்புகள் என்றால், இயற்கை, வட்டமிடும் கழுகு, பல்லுயிரியம் என்ற இவரது புத்தகங்கள் கானகத்துக்கு நம்மை நெருக்கமாக்கும் நண்பர்கள்!

"காட்டுப்பய, இது நாடா இல்லை... காடா, காட்டுமிராண்டி காலத்தில் வாழ்கிறோம்..." போன்ற வார்த்தைகளைக் கேட்கும்போது என் மனது வலிக்கும். நெஞ்சு கனக்கும். காட்டைக் கொடுமையின் குறியீடாகச் சொன்னவன் எவன்?

காடு என்றாலே அமைதி ஆட்சி செய்யும் இடம். கானகத்தில் நிலவும் ஏகாந்தமும் மௌனமும் யாரையும் பரவசப்படுத்தும். மேற்குத் தொடர்ச்சி மலையில் சிறந்த கானகப் பகுதிக்கு 'மௌனப் பள்ளத்தாக்கு' என்று பெயர். ஓங்கி உயர்ந்த மரங்கள், ஒலிகளுடன் மட்டும் வாழும் பறவைகள், ரகசிய நடை பயிலும் விலங்குகள், இருப்பைப் பதியும் செடி, கொடிகள் தவிர அந்தச் சூழலில் வேறு எதுவும் இல்லை. ஒரு மணி நேரம் காட்டுக்குள் நடந்து செல்லுங்கள்.

இசையாய், மருந்தாய், மானசீகக் காதலியாய் அந்த நேரத்தை அனுபவிப்பீர்கள். அந்த அனுபவத்தை உணராதவர் வாயில் இருந்துதான் 'காட்டுப் பய' போன்ற வார்த்தைகள் வரும். பள்ளிப் பிள்ளைகளை எங்களது இயற்கை வரலாற்று அமைப்பின் சார்பில் காட்டுக்கு அழைத்துச் சென்றேன். ஒரு பெண், 'இங்கேயே இருந்துடலாம்போல இருக்கு சார்' என்றாள்.

நீங்கள் வீட்டில் வைத்திருக்கும் எந்த நுகர்வுப் பொருளும் கிடைக்காது. ஆனால், இங்கேயே தங்கிவிடலாம் என்று அவளை நினைக்கவைத்தது எது? அதுதான் கானகத்தின் இனிமை.

சலீம் அலி என்று ஒரு மனிதர் இருந்தார். பறவைகளோடு பறவையாக வாழ்ந்தவர். சலீம் அலியை அவரது மாமா, அழைத்துச் சென்று மும்பை மியூஸியத்தைக் காட்டுகிறார். பறவை, விலங்குகள் என பாடம் செய்து வைக்கப்பட்ட லட்சக்கணக்கான உயிர்களை ஒரே இடத்தில் சிறு வயதில் பார்த்ததும், சலீம் அலிக்குக் காட்டுயிர் ஆர்வம் துளிர்க்கிறது. வாழ்க்கையை முழுமையாகக் காடுகளில் கழிக்கிறார். 'பறவைகள் இல்லாமல் மனிதன் இல்லை. ஆனால், மனிதன் இல்லாமல் பறவைகள் உண்டு' என்ற சலீம் அலி, பறவைகள் குறித்து எழுதிய புத்தகங்கள்தான் இன்று காட்டுயிர்களுக்கான கலைக் களஞ்சியம். இறக்கும்போது அவர் சொன்னார், 'பறவையியல் குறித்து எத்தனையோ சாதனைகளைச் செய்துள்ளேன். அதைப் புத்தகமாக எழுதியிருக்கிறேன். அந்தப் புத்தகத்தை அனைவரும் படிக்க வேண்டும் என்பதுகூட என் ஆசை அல்ல. நான் அனுபவித்த காட்டு வாழ்க்கையை அனைவரும் அனுபவிக்க வேண்டும்' என்றார். அவர் சொன்னதில் 50 சதவிகிதமாவது அனுபவித்தவன் நான்.

இரண்டு பக்கம் காடு... ஒரு பக்கம் பவானி ஆறு என மேட்டுப்பாளையம் ஊர்தான் என்னுடைய காட்டுயிர் வாழ்க்கைக்கு முதல் தூண்டுதல். எனது வீட்டுக்குப் பக்கத்தில் யானையை வேட்டையாடுவதைச் சின்ன வயதில் பார்த்தேன். அவ்வளவு பக்கத்தில் நடந்தது என்றால், காடு இருந்த இடத்தில் வீடுகள் வந்துவிட்டன என்று அர்த்தம். ஓடிப் போய் அந்த யானையைப் பார்த்தேன். மனதில் வேர்விட்ட முதல் காட்சி அதுதான். இயற்கை குறித்தும் விலங்குகள் குறித்தும் நமக்கு அரிச்சுவடி சொல்லிக்கொடுத்தவர்கள் வேட்டைக்காரர்களே. தேயிலை வியாபாரியாக இருந்த அப்பா, அவருக்குத் தெரிந்த வேட்டைக் கதைகளைச் சொல்வார். அம்மாவும் சொல்வார். ஆர்வம் அதிகமானபோது அதுபற்றிப் படிக்க ஏதாவது கிடைக்குமா என்று அலைந்தேன். கென்னத் ஆண்டர்சனின் 'சிவனப்பள்ளியின் கருஞ்சிறுத்தை' அப்போது தமிழில் வெளிவந்திருந்தது. அடுத்து

ஜிம் கார்பெட்டின் புத்தகம். இதில் வரும் காட்சிகளை நிஜத்தில் அனுபவிக்க காட்டுக்குள் போக ஆரம்பித்தேன். தெரியாத, அறியாத இடம் அத்தனைக்கும் நண்பர்களைச் சேர்த்துக்கொண்டு போவோம். அங்கு நடந்தது எதையும் வீட்டுக்குச் சொல்ல மாட்டோம். டிஸ்கவரி சேனலில் ‘எங்க வேணும்னாலும் போ, அம்மாவிடம் சொல்லாதே’ என்று ஒரு சீரியல் இப்போது வருகிறது. அதுதான் எங்களது வாழ்க்கையாகவே கழிந்தது. அமெரிக்காவைச் சேர்ந்த ரூவார்க் எழுதிய ‘தாத்தாவும் பேரனும்’ கதை காடுகள் மீது காதலை ஏற்படுத்தியது. என் அப்பா படுத்த படுக்கையாக இருந்த போது, அந்தக் கதையை அவருக்கு வாசித்துக் காண்பித்தேன். வறுமை, இல்லாமை, பெரிய குடும்பம் இவ்வளவையும் மீறி இயற்கையை நேசிக்க என் குடும்பமே காரணமாக ஆனது.

15 வயது இருக்கும்போது துப்பாக்கி வாங்கினேன். துப்பாக்கி சுடும் வேகத்தை ரசிக்கும் தன்மைதான் அதற்குக் காரணம். நாம் வேட்டைச் சமூகத்தவர்கள். எனவே, எல்லார் மனதுக்குள்ளும் கருவி ஆசை உண்டு. சேரனுக்கு வில்லும், சோழனுக்குப் புலியும், பாண்டியனுக்கு மீனும் சின்னம் என்றால், மூன்றும் காடுகளுடன் தொடர்பு உடையதுதானே. காட்டுக் கோழியும் முயலும் இல்லாமல் நம் உணவு இல்லை. நெய்யில் பொரித்த மான்கறி இல்லாமல் புறநானூறு இல்லை. காடும் காடு சார்ந்த வாழ்க்கையும்தான் நமது. மக்கள்தொகை அதிகமாக ஆக காடுகளை நாம் வீடுகளாக்கிவிட்டோம். யானை ஊருக்குள் வருகிறது என்பதைக் கேட்டால், சிரிப்புத்தான் வருகிறது. அதனுடைய இடத்தை நாம் ஆக்கிரமித்துக்கொண்டு அது உள்ளே நுழைவதைக் குற்றம் என்கிறோம். நகரமயமாக்கல் இந்தியாவில் மட்டுமா நடந்தது? உலகம் முழுவதும்தான் நகர்மயமாகி வருகிறது. அமெரிக்கா நகரமயமாகிவரும் முக்கியமான நாடுதான். ஆனால், காடுகளை அழிக்கவில்லை. வேட்டையை விடவில்லை. இங்குதான் எல்லாவற்றுக்கும் தடை. ‘உள்ளே நுழையாதே... நில்’ என்று மிரட்டல் வார்த்தைகளுடன் காடு மிரட்டுகிறது. உண்மையான, முழுமையான புரிதல் காடுகள் குறித்து இருந்தால் இந்த மிரட்டல் தேவை இல்லை.

இந்த வளத்தை எப்படிப் பயன்படுத்திக்கொள்வது என்ற ஞானமும் இல்லை. முதலையும் ஆமையும் நம் சொத்து. முதலை ஒரு தடவை முட்டைவிட்டால் 100 முட்டைகள் இடும். ஆமை 400 முட்டைகள் இடும். இதை முறையாகப் பயன்படுத்தினாலே ஆடு, மாடு வளர்க்க வேண்டியது இல்லை. இந்தோனேஷியாவும் மலேசியாவும் ஆமை முட்டைப் பொரிப்பகம், முதலைப்

பண்ணைகள் வைத்து, தங்களது உணவுத் தேவைகளை நிவர்த்தி செய்கிறார்கள். ஆனால், நாம்தான் ஆட்டுக்கறி விலை அதிகமாகிவிட்டது என்று வருத்தப்படுகிறோம். 10 மான்கள் வளர்ப்பதும் இரண்டு ஆடுகள் வளர்ப்பதும் ஒன்று. செலவு சமம்தான். இதுபோன்ற மாற்று ஏற்பாடுகளை நாம் செய்யாததற்குக் காரணம், காடுகள் குறித்த அறிவு, படிப்பு இல்லாததுதான். இயற்கையை முழுமையாகப் படித்தால் இன்று நாம் படும் கஷ்டங்கள் எதுவும் தொடாது... தொடராது. வீரத்துக்குச் சிங்கம், தந்திரத்துக்கு நரி, இழிவுக்குக் கழுதை, சாவுக்கு ஆந்தை, அன்புக்கு அன்னம், பேய்க்குப் புளியமரம், சமாதானத்துக்குப் புறா என்று மூடநம்பிக்கைகளை வளர்த்தோமே தவிர, காட்டைப் பாதுகாக்கவில்லை. யானைக்கு மதம் பிடிக்காது. பருவ மாற்றங்களின்போது மதநீர் வடியும். அதன் ஆளுமை வெளிப்படும். உடலுறவுத் தாகம் அதிகமாகும். நிறையச் சாப்பிடும். தண்ணீர்த் தாகம் ஏற்படும். அதைத் தணிக்காமல் ஈட்டியால் குத்தினால் அது பாவம் என்ன செய்யும்? வெறி கொண்ட யானை என்பதே மூடநம்பிக்கை. கருநாகம் என்பது இந்தியாவில் இல்லை. அது கோழி முட்டையை உறிஞ்சிக் குடிக்கும் என்பதும் ஆதாரமற்றது. இப்படிப்பட்ட கற்பனைகளால் காட்டை வளர்க்க முடியாது.

காலத்தைப் பின்னோக்கிப் பார்த்தால் காடு அருமையாக இருந்தது. மனித நடமாட்டம் இல்லாத காடு என்பதே இப்போது இல்லை. எல்லாக் காட்டிலும் யாரோ ஒரு மனிதன் இருக்கிறான். மனிதன் நுழைந்தால் காடு குலைகிறது, அழிகிறது. மனிதன் வந்து போனதை உணர்ந்ததும் புலியின் உளவியல் கெடுகிறது. மான் தனது இடத்தை மாற்றிக்கொள்கிறது. கரடி அந்த இடத்துப் பக்கமே அடுத்து வராது. ஒவ்வொரு விலங்கும் தனது வாழ்க்கைக்கான எல்லைக் கோட்டைக் காட்டுக்குள் வைத்திருக்கிறது. அது நம் கண்ணுக்குத் தெரியாது. அதற்குள் நுழைந்தால், அது சிரமப்படுகிறது. எனவே, விலங்குகளை நாம் புரிந்துகொள்ள வேண்டும். நான் காட்டுக்குள் ஒரு குழுவினரை அழைத்துப் போயிருந்தேன். அப்போது யானையின் பிளிறல் அதிகமாகக் கேட்டது. அனைவரும் பயந்துபோனார்கள். 'யானை அந்தப் பக்கமாக இருக்கிறது. இந்த இடத்துக்கு யாரும் வரக் கூடாது என்று சொல்கிறது' என்றேன். யானை வந்து நம் அனைவரையும் விரட்டப்போகிறது என்று மற்றவர்கள் பயந்தார்கள். 'எவ்வளவு நேரம் ஆனாலும் யானை இங்கு வராது' என்றேன். ஒரு மணி நேரம் காத்திருந்தோம். அது வரவே இல்லை. விலங்குகளைத் தொல்லைப்படுத்தாமல் காடுகளை அனுபவிக்கலாம்.

காடுகளில் தனிமையை அனுபவிக்கலாம். ஆனால், தனியாகப் போகக் கூடாது. நல்ல நண்பர்கள் கூட்டத்துடன் போனால்தான் காட்டை ரசிக்க முடியும். தனியாகப் போனால் அங்கு அதிக நேரம் இருக்க முடியாது. பைனாகுலர், சின்னக் கத்தி, ஷூ, சிறு டென்ட் ஆகியவற்றுடன் பள்ளிச் சிறுவர்கள், கல்லூரி மாணவர்களை மாதம் இரண்டு முறை அழைத்துச் செல்கிறேன். பகல் முழுவதும் அலைந்து அலைந்து காடுகளைக் காணும்போது அவர்களின் கண்களில் தெரியும் மகிழ்ச்சியை என்னால் வர்ணிக்க முடியவில்லை. இரவு ஏழு மணிக்கு அவர்களைத் தூங்கவைத்து விடுவோம். 11 மணிக்கு எழுப்பி நல்ல டிஃபன், கொஞ்சம் பால் கொடுத்து உற்சாகப்படுத்துவோம். அவர்களைப் பேசச் சொன்னால், ஒவ்வொரு குழந்தையும் ஜிம் கார்பெட், கென்னத் ஆன்டர்சனாக மாறிச் சொல்லும் கதைகள் சுவாரஸ்யமானவை. வீட்டுக்குள், கூட்டுக்குள் அடைபட்டுக்கிடந்த அவர்களின் சிந்தனைக்கு சிறகு முளைக்கவைத்து தூண்டிவிட்டவை காடுகள் அல்லவா?

ஒருநாள் காட்டில் தங்கினால் ஆயுள் முழுவதும் அந்த அனுபவத்தைப் பேசிக் கழிக்கலாம்!"

✻

டி.எம்.கிருஷ்ணா

டி.எம்.கிருஷ்ணா... கச்சேரியில் உட்கார்ந்தால், சாரீரம் முழுக்க சங்கீதம் பாயும். காரணம், அவரது குரலா அல்லது சாகித்யங்களைத் தேர்வு செய்வதில் உள்ள சாதுர்யமா என்று இன்னமும் முடிவுக்கு வரவில்லை. புதிய பாட்டுப் பிள்ளைகள் ஆதர்சமாக நினைக்கும் இளம் வாத்தியார் இந்த கிருஷ்ணா!

"வீட்டில் இருந்த பெரிய குச்சியை எடுத்து வைத்து தம்புராவாக நினைத்து வாயை அசைத்த போது மூன்று வயது இருக்கும். அப்போது என் அம்மா, சீத்தாராம சர்மாவிடம் சங்கீதம் சங்கீதம் கற்றுக் கொண்டு இருந்தார். பையனுக்கும் சங்கீதம் கொஞ்சம் வரட்டும் என்று அதே சீத்தாராம சர்மாவிடம் சேர்ப்பித்தார்கள். என் முதல் குருநாதர் அவர்தான். அடுத்து செம்மங்குடி சீனிவாச ஐயரிடம் கற்றேன்.

மியூஸிக் அகாடமியில் இளம் பாடகர்களை ஊக்கு விப்பதற்காக என்னைப் போன்ற பையன்களுக்கும் பாட வாய்ப்பு கொடுத்தார்கள். அப்போது ஏழாம் வகுப்பில் இருந்தேன். குரு சொல்லிக் கொடுத்ததை அப்படியே பாடினேன் என்பதைத் தவிர மற்றபடி சங்கீத ஞானம் இருந்திருக்காது. ஆனால், பயமில் லாமல் பாடினேன்.

ப. திருமாவேலன்

'ஸ்ருதி' பட்டாபிராமன் என்பவர் ஓடி வந்து, கை கொடுத்தார். 'நல்லாப் பாடினே தம்பி' என்றபடி எதையோ கையில் கொடுத்தார். பிரித்துப் பார்த்தால் 100 ரூபாய். முதல் காசு. 'அட' என்று நினைத்தேன். மறுநாள் ஒரு பத்திரிகையில் விமர்சனம்.

'போன ஜென்மத்துல இந்தப் பையன் சிவனுக்குத் தேனாபிஷேகம் செய்திருப்பான் போல' என்று வந்த பாராட்டுக்குப் பிறகுதான் நிறையப் பாட வேண்டும் என்று நினைத் தேன். என் நேரம், கச்சேரி செய்யநிறைய வாய்ப்புகள் கிடைக்கவில்லை.

அப்படிக் கிடைத்திருந்தால் கலை நேர்த்தியைப் புரிந்து கொள்ளாமல் மேடைகளில் பாடிக்கொண்டு இருந்திருப்பேன். எங்கே கச்சேரி நடந்தாலும், அந்த நான்கு வருஷங்களும் போனேன். டிசம்பர் சங்கீத சீஸனின் காலையில் வீடுவிட்டுப் போனால், நள்ளிரவுதான் திரும்புவேன். 2002-ம் வருஷம் எனக்கான சீஸன் ஆரம்பித்தது. இன்று வரை தொய்வில்லாமல் தொடர்கிறது கச்சேரி.

முதல் தலைமுறையில் செம்மங்குடி, எம்.எஸ்.சுப்புலட்சுமி, பட்டம்மாள், ஜி.என்.பால சுப்பிரமணியம், அரியக்குடி, ப்ருந்தா ஆகியோர் என் மனம் கவர்ந்த சங்கீத மேதைகள். இதில் பலரது கச்சேரிகளை நான் கேட்டதில்லை. கேசட்டுகளாகக் கேட்கும்போதே மனதை லயிக்கவைக் கிறார்களே... நேரில் கேட்டவர்கள் பாக்கியசாலிகள். அடுத்த தலைமுறையில் கே.வி.நாராயண சாமி, நேதநூரி கிருஷ்ணமூர்த்தி, டி.கே.ஜெய ராமன் ஆகிய மூவரையும் எனக்குப் பிடிக்கும். மூன்றாவது தலைமுறையில் சங்கரநாராயணன், டி.என்.சேஷகோபாலன் ஆகியோரைச் சொல்வேன். இன்றைய என்னுடைய காலகட்டத்தில் சஞ்சய் சுப்பிர மணியன், உன்னிக்கிருஷ்ணன், விஜய்சிவா, சங்கீதா சிவக்குமார் (என் மனைவி!), பாம்பே ஜெயஸ்ரீ, சௌமியா ஆகியோரும் எனக்குப் பிடித்தவர்கள். இவர்களைச் சொல்வதற்குக் காரணம், மற்றவர் களைப் பிடிக்காது என நினைக்காதீர்கள். அதிகம் பிடித்தவர்கள் என்று வரவில் வையுங்கள். இசை என்னும் இன்ப வெள்ளத்தில் நீந்த உங்களுக்குக் கை கொடுப்பார்கள் இவர்கள்.

பாடும்போது என்னை மறக்கிறேன். அது என்னை மயக்குகிறது. நீ மயங்கினால்தான் அடுத்தவரை மயக்க முடியும் என்பது சங்கீதத்துக்கு அதிகமாகவே பொருந்தும். 'காலைத் தூக்கி நின்றாடும் தெய்வம்' என்ற மாரிமுத்தா பிள்ளையின் பாட்டு, நம்மைத் தூக்கி நின்றாடவைக்கிறது. பாரதியின் 'பகைவனுக்கும் அருள்வாய் நன்நெஞ்சே' பாடும்போது அதன் சங்கீதத்தைவிட பாட்டின் உள் அர்த்தம் நம்மை வடிக்கிறது. அப்படி ஒரு நல்ல நெஞ்

சத்தை அந்தச் சங்கீதம் பாடும் எனக்கும், கேட்கும் உங்களுக்கும் தரும் தியாகராயர் கீர்த்தனைகளில் 'ஓரங்கசாயி...' என்ற பாட்டு. இந்த மூன்று மணிகளை மட்டும் பிரித்து எடுத்து உங்கள் முன்னால் உருட்டிவிடக் காரணம், அதைப் பாடும்போது ஏற்படும் இன்பம் அலாதியானது. எல்லாப் பாடல்களும் மேன்மையானவை. அதில் பேதம் பார்க்க முடியாது. ஆனாலும், அதிகம் பிடித்தவை இவை.

வீட்டில் பாடும்போது பாடும் தோடி ராகமும் மேடைக்குப் போனதும் பாடுவதும் இயல்பில் ஒன்றுதான். இல்லை, வேறு வேறு என்றால் அது சங்கீதத்துக் குச் செய்கிற துரோகம். ரசிகர்களுக்குப் பிடித்த மாதிரி பாடுவது அல்ல கலை. எனக்குப் பிடித்த பாட்டை ரசிகர்களுக்கும் பிடித்ததாக மாற்றுவதில்தான் வெற்றி இருக்கிறது. கைத்தட்டல் கிடைத்தால் ஏற்றுக்கொள்ளலாம். ஆனால், அடுத்த கைத்தட்டலுக்காகப் பாடக் கூடாது. சங்கீதக் காரனுக்குப் பெரிய டேஞ்சரே கைத்தட்டல்தான். சில நேரங் களில் கச்சேரிகளில் டிராமா செய்ய வேண்டிவரும். அந்த டிராமாவை உணர்ந்து செய்யலாம். மற்றவர்களிடம் இருந்து வித்தியாசப்படுத்த வேண்டும் என்பதற்காக அவசியமற்ற வித்தியாசங்களைச் செய்ய வேண்டியது இல்லை. மூன்று வருஷத்துக்கு முன் நான் பாடிய தற்கும் இன்றைக்கும் வித்தியாசம் இருக்கிறது. இது இயற்கையானதாக மட்டும்தான் இருக்க வேண்டும். வேண்டுமென்று செய்யப் பட்டதாக இருக்கக் கூடாது. இதை உணர்ந்திருக்கிறேன்.

இன்று நிறைய இளைஞர்கள் சங்கீதக்காரர்களாக வலம் வருகிறார்கள். திறமையான இளைஞர்களை இசையுலகம் அரவணைக்க என்றைக்கும் தயங்கியது இல்லை. அதற்கான உழைப்பு, சிரத்தை, மனோதர்மம், கற்பனை வளம், சாரீர வளம் இருந்தால் யாரும் கச்சேரிகளைக் கைப்பற்றலாம்.

புதியவர்களுக்கு நான் சொல்வது, குவியும் வாய்ப்புகளை வரிசையாக வாங்கிப் போடாதீர்கள். சங்கீதம் கற்றுக்கொள்வது சங்கீதத்துக்குத்தானே தவிர கச்சேரிகளுக்கு அல்ல. கச்சேரிகளில் கலக்குவதற்காகக் கற்றால், ஒவ்வொரு மேடைக்குப் போகும் போதும் பயம் பற்றிக்கொள்ளும். அதைத் தாண்டிய ஆர்வத்துடன் சங்கீதத்துக்கு அர்ப்பணித்துக்கொண்டால் இருக்கிற சரக்கை எல்லாம் தேவைப்பட்ட இடத்தில் தயக்கமே இல்லாமல்எடுத்து விடலாம்.

சங்கீதக்காரனுக்கு இருக்க வேண்டியது வெறித்தனம். அந்த வார்த்தைதான் சரியானது. பைத்தியம் பிடிக்கணும். ஒரு ராகம் சரியாக வரவில்லையென்றால், துடிக்கணும். இது இல்லாதவர்க்கு

சங்கீதம் வசப்படாது. அவர்கள் கச்சேரி செய்யலாம். ஆனால், அது அவரது காலத்தைக் கடத்துவதாக மட்டும் இருக்குமே தவிர, ரசிகர்களை நமக்காகக் காத்திருக்கவைக்காது.

பாட்டு... ஒரு மகானுபவம். ஒவ்வொருவருக்கும் அது வேறு வேறு மாதிரியான எதிர்வினைகளைக் கொடுக்கும். நான் தருவதும் நீங்கள் பெறுவதும் என்ன செய்யும் மனதை? அன்றைய சூழ்நிலையைப் பொறுத்தது. பாட்டு என்பது சிலருக்கு மருந்து. சிலருக்கு மெடிடேஷன். சிலருக்கு மனம் இலகுவாகிறது. சிலர் சுகமாக நினைக்கிறார்கள் பொழுதுபோகிறது. கவலையை மறக்கவைக்கிறது என்று சொல்லிக்கொண்டே போகலாம்.

இது எல்லாமே நல்ல விஷயங்கள்தான். ஆம், பாட்டு நல்லதை மட்டுமே தரும். 'எல்லாரும் இன்புற்றிருக்க நினைப்பது' பாட்டும்தான். இசைக்கு மயங்காத இதயம் இல்லை. பாடத் தெரிந்தவன் அன்பை விதைக்கிறான். கேட்கத் தெரிந்தவன் அறுவடை செய்கிறான்!"

✳

ஜோ டி குரூஸ்

'ஆழி சூழ் உலகு' நாவலின் மூலம் கடலின் உப்பைக் காகிதத்தில் படியவைத்த எழுத்தாளர் ஜோடி குரூஸ். கடல்வாழ் மக்களின் வலிகளையும் வண்ணங்களையும் குறும்படங்களாக எடுத்து, பொதுப்பரப்புக்குக் கொண்டுவந்தவர். வணிகக் கப்பல் நிறுவனத்தில் உயர் பொறுப்பில் இருந்தாலும், 'பாரம்பரிய மீனவன்' என்று சொல்லிக்கொள்வதில் மட்டுமே பெருமிதம்கொள்ளும் கடலோடி!

"உப்புக் காற்றால் ஊறிப்போன உவரி, நான் பிறந்த ஊர். தாயின் கருவறையில் இருந்து வெளியே வந்தவன் கடற்கரையில்தான் நடைபயின்றேன். கரையோரத்தில் அந்த நுரைப் பூக்கள் மத்தியில்தான் திரிவேன். அலைகளின் தாலாட்டு கடலம்மையின் மடியாக என்னை வளர்த்தெடுத்தது. கடலோடியாகப் போய் மீன்களைக் கொண்டுவந்து கொட்டும் செட்டியரன் தொம்மந்திரைத் தாத்தாவைப் பார்க்க ஆச்சர்யமாக இருக்கும். தாத்தாவின் கட்டுமரம் வருகிறதா என்று கரையில் காத்திருப்போம். வந்ததும் அதை நாங்களும் கரைக்கு இழுத்து வருவோம். எல்லா கறி மீன்களையும் உமலில் கொண்டுவருபவர் விலை உயர்ந்த விரால் மீன்களை மட்டும் கோட் மால் எனப்படும் நைலான் பையில் எடுத்து வருவார்.

ப. திருமாவேலன் ⊙ 73

குதிப்பு, வாவல், பன்னா, காரல், வாழை, பிள்ளைச் சுறா, சீலா என மீன் வகைகள் அதன் பிறகே தெரிய ஆரம்பித்தன.

கடல் தண்ணீரில் குளிப்பதைவிடக் குதித்து விளையாடுவது அபரிதமான மகிழ்ச்சியை அள்ளித் தரும். பரந்து விரிந்த பரப்பில் நண்பர்களுடன் குளிப்பதில் கிடைக்கும் சுகம் தனிமைக் குளியலில் கிடைப்பது இல்லை. கடலோரப் பகுதியில் கொல்லாம்பழம் கிடைக்கும். மஞ்சள், சிவப்பு எனப் பல நிறங்களில் இருக்கும். அந்தப் பழத்தைக் கடலுக்குள் தூக்கி வீசுவோம். உப்புத் தண்ணீர் அந்தப் பழத்துக்கு உள்ளே இறங்கும். அலைகளின் சுழற்சியில் அந்தப் பழம் மறுபடி நமது கைக்குக் கிடைத்துச் சாப்பிட்டால் கிடைக்கும் சந்தோஷம் சொல்லிமாளாது. அலைகள் உள்ள கடலில் அடி வயிற்றில் சிறு பலகைகளைக் கட்டிக் கொண்டு சில்லி எடுப்போம். பாறையில் பலகை இடித்து நம்மைப் பதம் பார்ப்பதையும் தவிர்க்க முடியாது. கட்டுமரங்களில் சிறுவயதாக இருக்கும்போது அழைத்துச் செல்ல மாட்டார்கள். எனவே, சிறுசிறு மட்டுமரங்களைச் செய்து கடலில் விளையாடுவோம். கட்டுமரத்தை துடுப்புவைத்துத் தள்ளி, பாய்மரத்தை மெள்ள விரித்து, கயிற்றை இழுத்துக் கட்டி, காற்றெடுக்கும்போது பாய் புடைத்து அலைகளை எதிர்த்து ஓடும் அழகை, எத்தனை பகலுக்கும் பார்த்திருக்கலாம். எத்தனை இரவுக்கும் காத்திருக் கலாம்.

பார்க்கப் பார்க்கத் தெவிட்டாதது கடல். தொடர்ச்சியாய் கரையைத் தழுவத் துடிக்கும் அதன் அலைகள். பாறையில் மோதிச் சிதறுவதால் தோன்றும் தூவானம். விடிகாலையில் சில் என உடலைத் தழுவும் உப்புக் காற்றின் ஸ்பரிசம். நிலாக் கால இரவுகளில் வெள்ளியை உருக்கிவிட்டாற்போல் தோன்றும் நிலப்பரப்பு. அதிகாலை ஆதவன் உதயத்தில் தங்கமாய் கடல் மாறிப்போகும். மாலையில் அதே கடலை ரத்தச் சிவப்பாக்கி மறையும் சூரியன். கரையோரம் கூத்தாடும் கடல், தொலைவிலே நிறைகுடமாய்த் தழும்பும். இத்தனை அழகான கடல், சமயங்களில் பயங்கரமானதாக மாறிவிடும்.

புயலில் காற்றில் சிக்கி பலியான உடலைக் கரையில்வைத்து ஊரே கூடி அழும்போதுதான் கடலின் இன்னொரு முகம் எங்களுக்குத் தெரியவந்தது. காணி நிலம் வேண்டும் என்றான் பாரதி. எத்தனை பயங்கரங்கள் நடந்தாலும் அந்தக் காணி நிலம் கடற்கரையிலேயே எனக்கு வேண்டும்.

படிப்பதற்காக சென்னை லயோலா கல்லூரிக்கு வந்தேன். கப்பல் கம்பெனியில் வேலையில் இருக்கிறேன். இன்று யோசித்துப்

பார்த்தால், உவரியில் புறப்பட்ட ஜோடி குரூஸ் என்ற பாரம் பரிய மீனவனான நான், ஆஸ்திரேலியா, சிங்கப்பூர், மலேசியா, கொழும்பு, மாலத் தீவு, லட்சத் தீவு, அந்தமான், சிட்டகாங், துபாய் எனப் பல நாட்டுக் கடற்கரைக் காற்றையும் சுவாசித்து விட்டேன்.

பூமிப் பந்தின் பெரும் பகுதியைக் கடல்தானே சூழ்ந்திருக்கிறது. கடல் நீரில் உப்பும் மீனும் மட்டும் இல்லை. முத்தும், பவளமும், எண்ணெயும், எரிவாயுவும் இருக்கிறது. இந்தப் பரந்த நீர்நிலையை நம்மால் முடிந்த அளவுக்குக் கெடுத்துவிட்டோம். நாம் வளர்ந்து இருக்கிறோம். நம் தொழில்கள் வளர்ந்துவிட்டன. நவீன தொழில் நுட்பங்கள் நமக்கு ஏராளமான செல்வத்தைக் கொடுத்திருக்கிறது. ஆனால், இயற்கைச் செல்வத்தை இழந்துவிட்டோம். ஆலைகளின் கழிவுகளைக் கொட்டும் குப்பைத் தொட்டியாகக் கடல் மாறி வருகிறது. கேளிக்கைகளுக்காக உருவாக்கப்பட்ட இடங்களாக கடற்கரைகள் மாற்றப்பட்டன. கடலின் உள்ளும் புறமும் இதனால்தான் மாசுபட்டது. ஆழ் கடலில் பெரிய பை வலைகொண்ட பிரமாண்டமான எந்திரக் கப்பல்கள்வைத்து மீன் அள்ளும் பன்னாட்டு கம்பெனிகள் வந்த பிறகு, மீன் வளம் இன்னும்குறைந்தது. உலக மீன் வளத்தில் பெரும் மூலதனப் போட்டி வந்து விட்டது. பணப் போட்டி எந்த இடத்தில் நுழைகிறதோ அங்கு வளம் கெடும். காரணம், கிடைத்ததை எடுத்துப்போவதில்தானே எல்லோருக்கும் குறி.

கரையில் இருந்து ஆறு நாட்டிக்கல் மைல் வரை இருப்பது கரைக் கடல். இதில் கட்டுமர மீனவர் மீன் பிடிக்கலாம். அடுத்த ஆறு நாட்டிக்கல் மைல் வரை இருப்பது அண்மைக் கடல். இதில் விசைப் படகு மீனவர்கள் தொழில் செய்யலாம். அதன் பிறகு உள்ள ஆழிக் கடலில் கப்பல்கள் மீன் பிடிக்கலாம். (ஒரு நாட்டிக்கல் மைல் என்பது 1.8 கி.மீ). ஆனால், இன்று கரை யோரங்களில் மீன் வளம் குறைந்ததால், கட்டுமர மீனவர்களுக்கு அவர்களது எல்லைக்குள் மீன்கள் கிடைப்பது இல்லை. இன்னும் தூரம்போக வேண்டியுள்ளது. விசைப் படகு மீனவர்கள் அதை யும் தாண்ட வேண்டியிருக்கிறது. இந்த நடைமுறை யதார்த்தம் புரியாமல் மீனவர்களைத் துன்புறுத்துவது சரியல்ல.

கடற்கரை மேலாண்மைத் திட்டம் என்ற பீடிகை போட்டு மீனவனைக் கடலில் இருந்து அந்நியப்படுத்தும் காரியத்தைச் செய்ய ஆரம்பித்தார்கள். மீனவர்களின் கடும் எதிர்ப்பால் அந்தத் திட்டத்தைக் கைவிட்டார்கள். ஆனால், இப்போது கடல் மீன்பிடி ஒழுங்காற்று மற்றும் மேலாண்மைச் சட்டம் கொண்டுவரப்

போகிறார்கள். கரையில் திட்டம் இருந்தது. இப்போது கடலில் சட்டம் வருகிறது. இது கடலில் கொண்டுவரப்படும் எமர்ஜென்சி. 8 ஆயிரம் கி.மீ. பரப்புள்ள இந்தியக் கடல் பகுதியில் ஒரு லட்சத்து 80 ஆயிரம் டன் மீன்வளம் இருக்கிறது.

கடலைக் காத்துவரும் காவல் தெய்வங்கள் மீனவர்கள்தான். அவர்களது அனுமதி இல்லாமல் அந்நியன் யாரும் எந்தக் கடலோரத்துக்கும் வர முடியாது. 'யாரு நீங்க? உங்களைப் பார்த்ததே இல்லையே' என்று அடையாளம் தெரியாத யாரையும் அந்தப் பகுதிக்கு வர விட மாட்டார்கள் மீனவர்கள். இந்த நாட்டை உரிமையுடன் மனப்பூர்வமான ஈடுபாட்டுடன் காப்பவன் மீனவன். மும்பைத் தாக்குதலுக்குப் பல மாதங்களுக்கு முன்பே அந்நியர் நடமாட்டம் நிறைய இருக்கிறது என்று சந்தேகத் திரியைக் கொளுத்திப் போட்டவர்கள் மீனவர்கள்தான். அதை அலட்சியப்படுத்தியதன் விளைவு, மும்பை குண்டுகளால் குலுங்கியது. கடலோரக் காவல், கப்பற்படை, கோஸ்ட் கார்டு, போலீஸ் என நீங்கள் எத்தனை பாதுகாப்பும் போடுங்கள். மீனவன் மட்டும்தான் நம் எல்லையை ஒழுங்காகக் காக்க முடியும். சம்பளம் வாங்காத நேர, காலம் பார்க்காத மீனவர்களை, அந்த இடத்தில் இருந்து விரட்டிவிட்டு அந்நியர்களுக்குக் கடலைத் தாரைவார்ப்பது சரியா?

ஏற்கெனவே 30 ஆண்டுகளாக சிங்களக் கடற்படையால் நம் மீனவர்கள் தாக்கப்படுவது நிரந்தரமாகி வருகிறது. ஐஸ் கட்டியில் படுக்கவைப்பது, கடலில் தள்ளிவிட்டு நீந்தவைப்பது, பச்சை மீன்களைச் சாப்பிடவைப்பது, அப்பாவையும் மகனையும் உடலுறவு செய்யச் சொல்வது என்ற அரக்கத்தனமான அத்தனை கொடுமைகளையும் சிங்களக் கடற்படையால் மீனவர்கள் அனுபவிக்கிறார்கள். மீனவர்கள் கதறும் சத்தம் நிலத்துக்குக் கேட்பதில்லை. அழுகையை வெளியுலகம் அறிவதில்லை. நகரத்தின் தெருவில் நிவாரணம் கேட்டு நித்தமும் போராட்டம் நடக்கிறது. இங்கே கடற்கரை எல்லையோரங்களில் நித்தமும் செத்து விழும் சமூகத்தின் குரல் எவருக்கும் கேட்கவில்லையே? கடற்கரையில் பிறந்தது அவ்வளவு பாவமா?

கடலோரப் பகுதியில் இத்தனை லட்சம் மக்கள் எந்த வசதியும் இல்லாமல் வாழ்ந்துகொண்டு இருக்கிறார்கள் என்பதை நகரவாசிகளின் கண்ணில் காட்டியது சுனாமிதான். அந்த வகையில் சுனாமியால் புண்ணியம்தான். அது எங்களது வீடு, வசதி, வாய்ப்பு, சொந்தங்கள், பிள்ளைகளைக் கொண்டு போனதுகூடப் பரவாயில்லை. ஆனால், மீனவனின் சுய

ஆளுமையைக் கொன்றுவிட்டதுதான் கொடுமையானது. வேட்டைச் சமூகத்தவனுக்கு ஒரு குணம் இருக்கும். எல்லாம் நானே, என்னால் முடியாதது எதுவும் இல்லை என்று தன்னுடைய சுயத்தின் மீது அதீத கர்வம் இருக்கும். தன் வெற்றியை மட்டுமே குறிக்கோளாகக்கொண்டு இருப்பான். அனைவரது சோகத்திலும் பங்கெடுப்பான். ஆனால், வெற்றியில் பங்கெடுக்க மாட்டான். இது வேட்டைச் சமூகத்தின் குணம். சுனாமித் தாக்குதலுக்குப் பிறகு அவனுக்குச் சேவை செய்வதாக நூற்றுக்கணக்கான தொண்டு நிறுவனங்கள் கடலோரத்தில் குவிந்தன. யாரும் எதையும் செய்யவில்லை. 300 தொண்டு நிறுவனங்கள் பதிவு செய்து பணத்தைச் சுருட்டிவிட்டு காலிசெய்து போய்விட்டன. ஆனால், ஊருக்குள் புதிதாக யாரைப் பார்த்தாலும், 'கடன் கொடுப் பீங்களா, பணம் கொடுக்க வந்திருக்கீங்களா?' என்று கேட்கும் அளவுக்கு மீனவர் உள்ளத்தில் ஏக்கத்தை விதைத்துவிட்டார்கள். தன்னிச்சையான இந்தச் சமூகம் எதிர்ப்பார்ப்புகளுக்குள் வந்துவிட்டது என்பதுதான் வேதனையான விஷயம்.

கடலுக்கும் கரைக்குமான கூடலும், கரைக்கும் நிலத்துக்குமான ஊடலும்தான் காலம்தோறும் தொடர்ந்துகொண்டு இருக்கிறது. கடலின் ஆழத்தைப்போல உங்களது அறிவு இருக்கட்டும். அதன் விசாலத்தைப்போல உங்கள் உள்ளம் சிறக்கட்டும். கடல்... தாய். கடற்கரை... தாய் மடி!"

✳

உதயச்சந்திரன்

உதயச்சந்திரனின் இதயம் புத்தகங்களால் ஆனது. இலக்கியம், வரலாறு, அரசியல், பொருளாதாரம், தொழில்நுட்பம், அறிவியல் என எந்தப் புத்தகம் வந்தாலும், அதன் வாசம் அறியாமல் விடாத புத்தகப் புழு இந்த ஐ.ஏ.எஸ்!

"புத்தகத்தை ஆள்வது இரண்டு புத்தகங்கள். ஒன்று, ஆடம் ஸ்மித் எழுதிய 'தேசங்களின் செல்வம்'. மற்றொன்று காரல் மார்க்ஸின் 'மூலதனம்'. இந்த இரண்டு புத்தகங்களின் கலவையைத்தான் எல்லா நாட்டு அரசாங்கங்களும் தங்களது கொள்கையாக வைத்திருக்கின்றன. ஆடம் ஸ்மித்தை முழுமையாகப் பயன்படுத்தி வந்த அமெரிக்கா, நைந்துபோன தொழிற்சாலைகளை அரசுமயமாக்கி வருகிறது. காரல் மார்க்ஸ் வழித்தடத்தில் வந்த சோவியத்தும், சீனாவும் பல்வேறு தொழிற்சாலைகளைத் தனியார்மயமாக்கி விட்டன. ஆம், புத்தகங்கள்தான் இந்த உலகத்தை ஆள்கின்றன.

அறிவு என்ற வார்த்தைக்கு இணையான சொல், புத்தகம் மட்டும்தான். தொடக்க கால அறிவு, காலம் தோறும் கடத்தப்பட்டது.

அது ஓலைச்சுவடிகளில் இருந்தபோது சிலரது கைக்கு மட்டும் நெருக்கமாக இருந்தது. சில மன்னர்களது மாளிகையால் மட்டுமே வாசிக்க முடிந்தது. ஆனால், தாளுக்கு மாறிப் புத்தகமானபோதுதான் அறிவு பரவலாக்கப்பட்டது.

எனவே, புத்தகம் என்பது ஜனநாயகத்தின் குறியீடு. அதனாலேயே சர்வாதிகாரிகள் முதலில் கைவைப்பது, தடை போடுவது புத்தகங்களுக்குத்தான். இத்தாலி கலிலியோவைப் பார்த்து அன்றைய திருச்சபைகள் பயப்பட என்ன காரணம்? ‘டயலாக் கன்சர்னிங் தி டு சீஃப் வேர்ல்ட் சிஸ்டம்’ என்ற புத்தகத்தை எழுதிய ஒரே காரணத்துக்காக கலிலியோ வீட்டுக் காவலில் வைக்கப்பட்டான். இங்கிலாந்துக்காரனான சார்லஸ் டார்வின் பலரது கசப்புக்கு ஆளாகக் காரணமும் அவர் எழுதிய புத்தகம்தான். ‘ஆன் தி ஆரிஜின் ஆஃப் ஸ்பீசிஸ் பை மீன்ஸ் ஆஃப் நேச்சுரல் செலெக்ஷன்’ என்ற புத்தகத்தில் தனது பரிமாணக் கொள்கையைச் சொன்னார். ஐந்து ஆண்டுகள் கப்பலில் சுற்றி ஒவ்வோர் இடத்திலும் போய் உயிரினங்களை ஆராய்ச்சி செய்தான். ‘பயன்தரக்கூடியவை அடுத்த தலைமுறைக்கு வந்துசேரும். பயனற்ற மாறுபாடுகள் காலப்போக்கில் மறைந்துவிடும்’ என்று கண்டுபிடித்தான். ‘கடவுள் நினைத்தார்... மனிதன் தோன்றினான்’ என்ற கருத்தாக்கத்தை உடைத்தார் தன் புத்தகத்தால். ‘ஆண்டவனின் முதல் எதிரி’ என்று அவர் அழைக்கப்பட இந்தப் புத்தகமே காரணம். இது டார்வின் பிறந்து 200 ஆவது ஆண்டு. காலங்கள் கடந்தும் அவனை நினைக்கிறோம். கலிலியோ அன்று துன்புறுத்தப்பட்டு இருக்கலாம். ஆனால், அவனது புத்தகம் உண்மையைத்தான் பேசியது என்பதை 362 ஆண்டுகள் கழித்து, போப் இரண்டாவது ஜான்பால் ஒப்புக்கொண்டார். தங்களது தவறை 1992-ல் திருத்தினார். சத்தியத்துக்குக் கட்டுப்பட்ட புத்தகம் எத்தனை நூற்றாண்டுகள் ஆனாலும் மகுடத்தில் வைத்துக் கொண்டாடப்படும் என்பதற்கு சாட்சி இது. கோபர் நிக்கஸ், கலிலியோ, ஐசக் நியூட்டன் ஆகியோரின் புத்தகங்கள் வந்திராவிட்டால், நாம் இன்று காட்டுமிராண்டிகளாகத்தான் திரிந்து இருப்போம்.

நான் முதலில் தொட்ட புத்தகங்களின் தலைப்பை இன்று நினைக்கிறேன். பள்ளியில் நடந்த போட்டியில் வென்ற எனக்கு மீரா எழுதிய ‘கனவுகள் + கற்பனைகள் = காகிதங்கள், மு.மேத்தாவின் ‘கண்ணீர் பூக்கள்’ ஆகிய இரண்டு கவிதைப் புத்தகங்கள் பரிசாகத் தரப் பட்டன. கனவு, கற்பனை, காயம், கண்ணீர், பூ ஆகிய ஐந்து வார்த்தைகளுக்குள்தான் எல்லாப் புத்தகங்களும் அடங்கியிருக்கின்றன. வென்றவனின் கதையை வரலாறுகள்

சொல்லும், தோற்றவன் வலியை இலக்கியங்களில் தேடுங்கள் என்பார்கள். புரிகிறதோ இல்லையோ, லா.ச.ரா–வின் சிந்தாநதியும் கார்க்கியின் தாயும் பள்ளி நாட்களில் வாசித்தேன். என் வயது மனிதர்களுக்கு நல்ல புத்தகங்களை கணையாழியின் கடைசிப் பக்கங்களின் மூலம் அறிமுகப்படுத்திய சூத்திரதாரி சுஜாதா. மோகமுள் குத்திய வலியுடன் ஜே.ஜே. சில குறிப்புகள் கொடுத்த அதிர்வுகளுடன்தான் கல்லூரிக்குள் போனேன். பொறியியல் மாணவன் நான். அங்கு இலக்கியத் தாகங்களுக்கு இடம் இல்லை என்றாலும், நண்பர்கள் வட்டத்தை வைத்துக்கொண்டு படித்தேன்.

ஐ.ஏ.எஸ்., படிக்க வேண்டும் என்று நினைத்தபோது, தமிழ் இலக்கியத்தையும் மானுடவியலையும் பாடமாக எடுத்தேன். ‘புத்தகங்களின் காட்டில் எனது தலையைத் தொலைத்தேன்’ என்பது அப்போதுதான் நடந்தது. வ.சுப. மாணிக்கம், நா.வானமாமலை, பிரதாப முதலியார் சரித்திரம், பாரதி எனத் தொடர்ந்த படிப்பு, தி.ஜானகிராமனில் கொண்டுவந்து சேர்த்தது. மோகமுள்ளும், அம்மா வந்தாளும், மரப்பசுவும் படிக்காதவன் மனிதனே அல்ல என்று நினைத்தேன். கரிசல்காட்டு மண்ணைக் குழைத்து தாளில் தடவிய கி.ராஜநாராயணனின் புத்தகங்கள் அதிகாரம் வாய்ந்த பதவிக்காரனையும் புழுதி படிந்த மண்ணில் புரட்டி எடுத்தது. போகாத நூலகங்கள் இல்லை, வாங்காத புத்தகங்கள் இல்லை எனக் கண் விழித்து இருக்கும் நேரம் எல்லாம் வாசிப்பு. வாசிப்பு மட்டுமே. எங்க ளுக்கு அந்தக் காலத்தில் இருந்த ஒரே வாய்ப்பு சென்னை புத்தகக் கண்காட்சி மட்டும்தான். ஒவ்வோர் ஆண்டும் ஏதோ புனிதப் பயணம் போவதைப் போல நான் போனேன்.

ஜார்ஜ் ஆர்வெலின் விலங்குப் பண்ணையும் படிப்பேன். சிக்மண்ட் ஃபிராய்டின் கனவுகளின் விளக்கமும் வாசிப்பேன். முந்தையநாள் பெருமாள் முருகனது புத்தகம் எனது மேஜையில் இருக்கும். மறுநாள் அறிவுமதியின் கவிதைகள் மனதை நனைக்கும். சு.வெங்கடேசனின் காவல் கோட்டம் அழைக்கிறது. ரோமிலா தாப்பர் மறுநாள் ஞாபகம் வருகிறார். டபிள்யூ. டி.ஓ. ஏற்படுத்திய மாற்றங்களும் பொருளாதார அதிர்வுகளும் அடுத்துப் படிக்க ஆசையாக இருக்கின்றன. எந்தப் புதிய டெக்னாலஜி வந்தாலும் அதைத் தெரிந்துகொள்ளும் ஆர்வம் உண்டு என்பதால், அதையும் வாங்கிப் படிப்பேன். வாசிப்பது நாளுக்கு நாள் அதிகமாகியே வருகிறது. களப்பிரர் காலத்தைப்பற்றி நிறையத் தெரிந்து கொள்ள அலைகிறேன். இடங்கை, வலங்கை என்ற சாதிப் பிரிவுகள்பற்றி ஏதாவது குறிப்பு கிடைக்குமா என்று தேடி வருகிறேன். ஆங்கிலேயர் ஆட்சியின் போது இங்கு அதிகாரிகளாக இருந்த வெள்ளையர்

களைப்பற்றி புத்தகம் எழுதுவதற்கான சேகரிப்பில் இருக்கிறேன். எனவே, புத்தகக் காதலுக்கு முற்றுப்புள்ளியே இல்லை.

சினிமா வந்தது, இன்டர்நெட் வந்தது, அவ்வளவுதான் புத்தகங்கள் காலம் முடிந்தது என்று யாரும் புலம்பத் தேவை இல்லை. அவை இரண்டும் இதன் இடத்தைப் பிடிக்க முடியாது. புத்தகம்தான் மனிதனைக் கற்பனை செய்ய அனுமதிக்கிறது. நான் சொல்லிய அளவுக்குள் நீ கற்பனை செய்தால்போதும் என்று சினிமா கட்டுப்பாடு விதிக்கிறது. இன்டர்நெட், தகவல் தரும் மீடியமாக மட்டுமே இருக்கிறது. மனதை ஊடுருவும் வல்லமையை அது இன்னமும் அடையவில்லை.

காரணம், நீங்கள் புத்தகத்தைத் தொட்டுக்கொண்டு இருக்கிறீர்கள். அதன் மணம் எழுத்துக்கு ஏற்ப, எழுத்தாளனுக்கு ஏற்ப, உங்களை வருடிக் கொடுக்கிறது. தி.ஜா-வின் நாவல், புதுமைப்பித்தனின் சிறுகதை, சேரன், ஜெயபாலன் கவிதைகள், தொ.பரமசிவன், ஆ.சிவசுப்பிரமணியன், ராஜ்கௌதமன், வெங்கடாசலபதி ஆகியோரின் சமூகவியல் ஆய்வுகள் படிக்கும் சுகம் சொல்லிப் புரியாது. 'வீட்டுக்கு ஒரு புத்தகச் சாலை' என்று இயக்கமாக்க வேண்டும் என்றார் அண்ணா. பூஜை அறை மாதிரி புத்தக அறையும் அனைத்து வீட்டிலும் வேண்டும் என்பது பேராசையாகக்கூட இருக்கலாம். அறம் பாடிய அறிஞன் வள்ளுவனின் திருக்குறள், புதிய மறம் பாட வந்த பாரதியின் கவிதைகள், வரலாற்று அறிவின் வேதப் புத்தகமான ராகுல்ஜியின் வால்காவில் இருந்து கங்கை வரை ஆகிய மூன்று புத்தகங்களை மட்டுமாவது வீட்டில் வாங்கிவையுங்கள்.

விலை உயர்ந்த கண்ணாடிக் கோப்பைகள், பீங்கான் ஜாடிகள், மண் குடுவைகள் வைப்பதைவிட அப்போது உங்கள் வீடு அழகாகத் தெரியும்!"

✻

கு.ஞானசம்பந்தன்

பேராசிரியர் கு.ஞானசம்பந்தன், தமிழ்நாட்டின் நகைச்சுவைத் தென்றல். எந்த மன்றங்களிலும் தன்னுடைய ஜோக்குகளால் ஜொலிப்பார். வகுப்பறையோ, தெருமுனையோ, பட்டிமன்றமோ… நகைச்சுவைச் சரவெடிகள். அனைவரையும் காந்தமாகக் கவர்வதும் அதுவே!

“கலர் கலரா பஸ் விடுறாங்க. நான் ஒரு புது பஸ்ல உட்கார்ந்துஇருந்தேன். ஒரு பெரியவர் அதுல ஏறினார். பார்க்க ஏழை மாதிரி தெரிந்தார். ‘முன்னால ஒரு பஸ் நிக்குது பாருங்க… அதுல போனீங்கன்னா, ரெண்டு ரூபாதான். இதுல எட்டு ரூபா. அதனால அதுல ஏறிக்கோங்க’ன்னு சொன்னேன். அவரு கண்டுக்கலை. ‘அதுல போனீங்கன்னா ஆறு ரூபா உங்களுக்கு மிச்சமாகுமே’ன்னேன். என்னை நின்னு முறைச்சுட்டு சொன்னார், ‘அதெல்லாம் டிக்கெட் எடுக்கிறவன் பிரச்னை’னு. என்னால சிரிப்பை அடக்க முடியலை.

இது மாதிரி நம் வாழ்க்கையோடு கலந்து போன விஷயம்தான் நகைச்சுவைங்கிறது. மனசுல நினைச்சதை ஓப்பனா போட்டு உடைச்சா, அது சூப்பர் காமெடியா இருக்கும்.

இதை மேடைக்குக் கொண்டுவந்து அசத்துனவங்கள்ல முதல் மனுஷன் வாரியார் சுவாமிகள். எனக்கு அவர்தான் குரு. அவருக்கு 'சொல்லின் செல்வர்'னு பட்டமே உண்டு.

அவரு பேசிட்டு இருக்கும்போது ஒருத்தர் ஏதோ அவசரம்னு எழுந்து போனார். உடனே வாரியார், 'நான் சொல்லிட்டு இருக்கும்போது சிலர் போவாங்கங்கிறதுக்காகத்தான் இந்தப் பட்டமா?'ன்னு யோசிக்காமக் கேட்டார். டைமிங் ஜோக்குகளை வாரி இறைக்கிறதுனால அவர் வாரியார். திருக் குறளார் முனுசாமியும், திருச்சி ராதாகிருஷ்ணனும் மேடைகளை நகைச் சுவை மன்றங்களாக மாற்றி அமைச்சவங்க.

'சிந்திக்கத் தெரிந்த மனித இனத்துக்கே
சொந்தமான கையிருப்பு - வேறு
ஜீவராசிகள் செய்ய முடியாத
செயலாகும் இந்தச் சிரிப்பு'ன்னு

எழுதினார் மருதகாசி.

எத்தனையோ புகழையும், பட்டங்களையும் வாங்கிய கதாநாயகர்களுக்குக் கூட சிலை வெச்சு இந்த மக்கள் பெருமைப்படுத்தலை. ஆனா, அமெரிக்காவுல சார்லி சாப்ளினுக்கும் இங்க நம்ம கலைவாணருக்கும் சிலை இருக்குன்னா... அதுக்குக் காரணம், அவங்க நடிப்பல்ல... சிரிப்பு.

பதற்றமான வாழ்க்கை இது. அவசர வாழ்க்கை யால வந்த அவஸ்தையைக் குறைக்க சிரிச்சுப் பழகுங்க. சிரிக்கிற மாதிரி சொல்லிப் பழகுங்க. அப்ளிகேஷனை நிரப்பிட்டு இருந்தான் ஒரு பையன். 'அப்பா, மதர் டங்க்னு போட்டிருக்கு. என்ன எழுதணும்?'னு கேட்டான். உடனே அவரு, 'ரொம்ப நீளம்னு எழுது'ன்னார். அதாவது மனைவி ரொம்ப பேசுவாங்கிறதை அப்படிச் சொன்னார்.

இப்படித்தான், ஒரு வீட்ல பையனை அப்பா திட்டிட்டு இருக்கும்போது சென்சஸ் எடுக்க வந்துட்டாங்க. 'பையன் பேரு என்னங்க?'ன்னு அவரு கேட்டதும் கோபத்துல இருந்த அப்பா, 'அவன் பேரு சனியன்'னார். சமையல்கட்டுல இருந்து ஒரு சத்தம் வந்துச்சு, 'உங்க பேரைக் கேட்கலைங்க... நம்ம பையன் பேரைக் கேட்கிறாரு'ன்னு. 'நான்சென்ஸ்'னு திட்டிட்டுப் போயிட்டாரு அந்த சென்சஸ் அதிகாரி. இந்த மாதிரி வீட்டுக்குள் சிரிச்சுப் பழகினால்தான் வெளியில சிரிக்க முடியும்.

சின்ன வயசுல இருந்தே எல்லாத்தையும் கூர்ந்து கவனிப்பேன். சோழவந்தான் ஊர்க்காரன் நான். பட்டிக்காடும் இல்லாம பட்டணமும் இல்லாம நடுத்தரமான ஊரு அது. அதனாலதான் 'பட்டிக்காடா பட்டணமா' படத்தை எங்க ஊர்ல வெச்சு எடுத்தாங்க. நாடகம், கோயில் திருவிழான்னு எங்க கூடுனாலும் போயிடுவேன். கிராமத்துப் பசங்க பார்லிமென்ட் மாதிரி கூடுற இடம் சைக்கிள் கத்துக்கிற மைதானம். ஆள் ஆளுக்கு வந்து கூடி நின்னு கும்மி அடிப்பாங்க. சைக்கிள்ல ஏத்திவிட்டுடுவாங்க. ஆனா, இறங்கத் தெரியாது. எங்கயாச்சும் எலெக்ட்ரிக் கம்பம் இருந்துச்சுன்னாதான் அதைப் பிடிச்சுட்டு நிக்க முடியும். அந்த மாதிரி கம்பம் இல்லைன்னா சுத்திட்டே இருக்க வேண்டியதுதான். அப்படி நிறுத்தத் தெரியாம சுத்தினவங்கதான் இப்ப மெகா சீரியல் டைரக்டரா இருக்காங்க.

கொஞ்சம் பெரிய பையன் ஆனதும் கலைவாணர், காளி என்.ரத்தினம், ஏ.கருணாநிதி, தங்கவேலு, காக்கா ராதாகிருஷ்ணன்னு சிரிப்புக்காரங்க படமாத் தேடித் தேடிப் பார்த்தேன். நம்பியாரை வில்லனாத்தானே தெரியும். ஆனா, அவரு நகைச்சுவை மன்னன். அவரும் ஏ.கருணாநிதியும் ஒரு குகைக்குள்ள போவாங்க. 'இந்த சிவப்புக் கம்பளத்தில் கால் படாமல் உள்ளே போனால், உள்ளே இருக்கும் சிம்மாசனத்தில் உட்காரலாம்'னு போட்டிருக்கும். பறந்துதான் போகணும். உடனே இவங்க என்ன பண்றதுன்னு யோசிப்பாங்க. கீழ குனிஞ்சு அந்தக் கம்பளத்தைச் சுருட்டி கக்கத்துல இடுக்கிக்கிட்டு நடக்க ஆரம்பிச்சுடுவாங்க. தியேட்டரே குலுங்கும். இது மாதிரியான படமா பார்த்ததுனால எல்லாத்தையும் எகனமொகனையா யோசிக்க வெச்சது.

சிரிக்கவைக்கிறவனை எல்லாருக்கும் பிடிக்கும். ஆனா, அவனை மக்களுக்குப் பிடிக்கிறதுக்கு முன்னால படுற அவமானங்கள், சிரமங்கள் அதிகம். எதுவுமே காயப்படாம வராது. ஆனா நகைச்சுவையாளன், காயங்களை அதிகமாக வாங்கி வாங்கித்தான் வளர்றான்.

பெரிய பில்டப்போட சொல்ற கதையை முடிக்கும்போது, யாருமே சிரிக்காமப் போயிடலாம். என்ன ஜோக் சொன்னாலும் சிரிக்க மாட்டேன்னு சத்தியம் பண்ணுனவங்களை நாம எதுவும் பண்ண முடியாது. ஒரு ஊர்ல பட்டிமன்றம் பேசப் போனேன். முன்னால பத்துப் பதினஞ்சு பொம்பளைங்க உட்கார்ந்துட்டு இருந்தாங்க. நான் பேசினதைப் பார்த்துச் சிரிச்சாங்க. உடனே ஒரு கிழவி எந்திருச்சு, 'ஐயா பேசிட்டு இருக்காக... பொம்பளைக ஏன் வெட்கமில்லாமச் சிரிக்கீங்க?'ன்னு தடை போட்டிருச்சு.

என் பேச்சுக்குத்தான் சிரிக்கிறாங்கன்னு சொல்லி, அந்தக் கிழவிக்குப் புரியவைக்க நான் பட்டபாடு பெரும்பாடு.

சில ஆளுங்க சிரிச்சான்னா நிறுத்த மாட்டான். ஜோக் சொல்லலேன்னாலும் சிரிப்பான். ஒரு தடவை நான் பேசிட்டு இருந்ததைக் கேட்ட ஒரு பையனுக்குச் சிரிச்சு சிரிச்சு ஜன்னி வந்திருச்சு. அவனைத் தூக்கிட்டுப் போனாங்க. அதுக்குப் பிறகு எனக்குப் பேச்சே ஓடலை. அரை மணி நேரம் கழிச்சு அவனே வந்து உட்கார்ந்து, 'பேசுங்க சார்'னப்பதான் மறுபடி ஆரம்பிச்சேன்.

வீட்டை வெச்சு எந்த ஜோக் சொன்னாலும் ஜனங்களுக்குப் பிடிக்கும். புருஷன்–பொண்டாட்டி சண்டை நடக்காத வீடு உண்டா? ஆனா, ஒரு வீட்டுல மட்டும் எப்பப் பார்த்தாலும் கணவன்–மனைவி சிரிப்புச் சத்தம்தான் கேட்டதாம். அந்தத் தெருவே பொறாமைப்பட்டு போய் அவங்ககிட்ட கேட்டப்போ... அப்ப புருஷன், 'எனக்குக் கோபம் வந்ததும் அவ மேல ஒரு டப்பாவை வீசுவேன். மண்டையில விழுந்துச்சுன்னா நான் சிரிப்பேன். குறி தவறிடுச்சுன்னா அவ சிரிப்பா. அதுனாலதான் சிரிப்புச் சத்தம் எப்பவும் கேட்குது'ன்னானாம்.

ஒரு வீட்டுல அக்காவுக்கும் தம்பிக்கும் சண்டை. 'போடா நீதான் முட்டாள்!', 'போடி நீதான் முட்டாள்!'னு மாறி மாறித் திட்டியிருக்காங்க. பேப்பர் படிச்சுட்டு இருந்த அப்பா, 'நான் ஒருத்தன் இருக்கிறதை மறந்துடாதீங்க'ன்னாராம். மக்களுக்குப் புரியும் வார்த்தையில சொன்னா மட்டும்தான் ஜோக் ஜெயிக்கும். இல்லேன்னா... சொன்னதும் செத்துப்போகும்.

ஒரு கிராமத்தில் பட்டிமன்றம் போனோம். இரண்டு அணியினருக்கும் பெஞ்சு போட்டு இருந்தாங்க. நடுவரான எனக்குப் போட அந்த ஊருல யாரு வீட்டுலயும் நாற்காலி இல்ல. என்ன பண்றதுன்னு ரொம்ப யோசிச்சு... ஒரு நாற்காலியைக் கொண்டுவந்து போட்டாங்க. பார்த்ததுமே தெரிஞ்சது... சுடுகாட்டுக்குப் பொணம் தூக்கிட் டுப் போற நாற்காலி அதுன்னு. எத்தனை பேரைப் பார்த்ததோன்னு பயந்து நடுங்கிட்டேன். ரெண்டு பக்கமும் கை வெச்சு ஜம்முனு உட்காரவே தோணல. விறைச்சுப் போயி உட்கார்ந்து இருந்தேன். திடீர்னு ஒருத்தர் ரெண்டு பத்தியைப் பொறுத்தி, வாழைப்பழத்துல குத்தி எடுத்துட்டு வந்து என் முன்னாடி வெச்சார். பிணக்கோலம் பொருத்தமா தான் இருக்குன்னு நெனச்சேன். நாற்காலியை மறந்துட்டு ஜோக் சொல்வேன். அடுத்த நிமிஷமே அது ஞாபகம் வந்திரும். ஆனாலும் பட்டிமன்றம் சுவையாத்தான் போச்சு. ஒரு மணி நேரம் கழிச்சு ஒரு ஆள் ஓடி வந்து, 'அப்பத்தா செத்துப் போயிட்டா!'ன்னு என் சேரைப் புடுங்கின காட்சியைத்தான்

இன்னிக்கும் மறக்க முடியலை. விட்டுதுடா சனின்னு நின்னுட்டே தீர்ப்புச் சொல்லிட்டு, அந்த ஊரைத் திரும்பிப் பார்க்காம வந்துட்டேன்.

தனக்கு வந்த கஷ்டத்தை அடுத்தவங்ககிட்ட சொன்னா, பாதியாக் குறையும். அது மாதிரி நகைச்சுவையை இன்னொருத்தரிடம் சொன்னா, அது ரெண்டு மடங்காக் கூடும். அமங்கலமா பேசக் கூடாது. ஆபாசம் கூடாது. யாரையும் நோகடிக்கக் கூடாது... இந்த மூணுதான் நகைச்சுவைக்கு உள்ள கட்டுப்பாடு. பத்துப் பேர் இருக்கிற இடத்துல ஒன்பது பேரு சிரிச்சு, ஒருத்தன் மனம் புண்பட்டதுன்னா அது நல்ல நகைச்சுவை இல்ல. இந்த நாகரிகத்தைத்தான் நான் இத்தனை வருஷமும் ஒழுங்காக் கடைப் பிடிச்சுட்டு வர்றேன். எத்தனை பேரு காப்பி அடிச்சாலும், புதுசு புதுசா ஊறிக்கிட்டே இருக்கு. அது வற்றாத ஜீவநதி!''

✻

எவிடன்ஸ் கதிர்

கொத்தடிமைகள் மீட்பு, காவல் நிலைய மரணங்கள் கண்டுபிடிப்பு, மனித உரிமை மீறல்கள் குறித்து தமிழகத்தில் ஆக்ரோஷக் குரல் கொடுத்து வரும் 'எவிடென்ஸ்' அமைப்பாளர் கதிர். இவர் தாக்கல் செய்துள்ள பல வழக்குகளில் போலீஸ் முழி பிதுங்கி நிற்கிறது. தென் மாவட்டங்களில் இயங்கி வரும் இந்த இளைஞர், இன்றைய நிலையில் குறிப்பிடத்தக்க மனித உரிமைப் போராளி!

"எவ்விதம் உங்களை நடத்தினால் நீங்கள் துன்பப்படுவீர்களோ, அவ்விதம் மற்றவர்களை நீங்கள் நடத்தாதீர்கள் என்கிறது மகாபாரதம், 'நீங்கள் வெறுப்பதை உங்களது அண்டை வீட்டுக்கு நீங்கள் செய்யாதீர்கள்' என்கிறது யூத வேதம். 'மனித உரிமைகளைப் புறக்கணிப்பதும் அவமதிப்பதும் காட்டுமிராண்டிச் செயல்களுக்கு வழிவகுக்கின்றன. இச்செயல்கள் மனித குலத்தின் மனச்சாட்சியையே அவமதித்துவிட்டன' என்கிறது ஐக்கிய நாடுகள் அவையின் மனித உரிமை அறிக்கையின் முதல் பக்கம்.

வேதம் சொன்னதையும் மதிக்காமல், சட்டம் சொல்வதையும் கேட்காமல், எதை இந்தச் சமூகம் நித்தமும் காலில் போட்டு மிதிக்கிறதோ, அதுதான் மனித உரிமை. சட்டம் கையில் இருப்பதால் திருடனைக்கூட அடித்துக் கொல்ல அதிகாரம் தரப்படவில்லை.

பெரும்பான்மை பலத்துடன் ஆட்சியில் இருப்பதால், மாற்றுக் கருத்தே வரவிடாமல் கருத்துரிமையை அடக்க அனுமதி தரப்படவில்லை. சட்டத்தின் முன் அனைவரும் சமம் என்கிறது அரசியலமைப்பு. நான்கு முறை முதல்வர், பண பலமும் அதிகார பலமும்கொண்ட முன்னாள் முதலமைச்சரைக்கூட அடித்துத் தூக்கிச் செல்ல முடியும். ஆனால், கொலை வழக்கில் கைதான ஒரு சாமியாரைத் தொட்டுக் கூட்டிச் செல்ல முடியுமா? மனிதனுக்கு மனிதம் மாறுகிறதே சட்டமும் நீதியும். இந்தக் கேள்விகளில் பிறந்ததுதான் என்னுடைய பயணம். உலகத்தின் முதல் மனித உரிமைப் போராளியான இயேசு, 'நீதியின் பால் பசித் தாகம் உள்ளோர் பேறு பெற்றோர்' என்றார். இன்று சில ஒழுங்குகளாவது மிச்சம் இருக்க அவர்களே காரணம்.

காட்டுமன்னார்குடிக்குப் பக்கத்தில் சிறு கிராமத்தில் பிறந்த நான், 13 வயதில் கானூர் என்ற கிராமத்தில் ஒரு பஞ்சாயத்தைப் பார்த்தேன். தலித் பெண் ஒருத்தியை ஒருவன் கற்பழித்துவிட்டதற்கான விசாரணை அது. முதலில் மறுத்தான் அவன். பிறகு ஒப்புக்கொண்டான். கடைசியாக அவனுக்குத் தண்டனை கொடுத்தார்கள். 'சரி சரி... போப்பா... அந்தப் பொண்ணுக்கு 80 ரூபா குடுத்திரு' என்ற தீர்ப்புடன் கலைந்தது பஞ்சாயத்து. பள்ளிப் படிப்பு முடித்து கல்லூரிக்குள் நுழையும்போதுதான் இந்தச் சம்பவத்தின் கொடூரம் என் மனதைத் தைத்தது. அந்தப் பெண்ணைக் கற்பழித்தவன் ஒரு தனிமனிதன் அல்ல... அந்தப் பஞ்சாயத்து... இந்தச் சமூகம் என்று உணர்ந்தேன். தீண்டாமை போன்ற விவரங்கள் தெரிய ஆரம்பித்தபோதுதான் எனக்குத் தாழ்வுமனப்பான்மை அதிகமானது. கல்லூரிப் படிப்பும் முடித்தேன்.

உலகம் முழுவதும் ஒடுக்கப்படும் சமூகத்தைச் சேர்ந்த ஐந்து பேரை அமெரிக்க நிறுவனமான ஃபயர் லைட்ஸ் மீடியா தேடிக் கொண்டு இருந்தது. ஆசியக் கண்டத்தில் இருந்து என்னைத் தேர்ந்தெடுத்து அமெரிக்கா அழைத்துச் சென்றார்கள். ஐந்து கண்டங்களில் இருந்து ஐந்து பேர் போயிருந்தோம். பல்கேரியாவில் இருந்து வந்த யுவான் என்ற ஜிப்சி தனது கதையைச் சொல்லும்போது அனைவரும் அழுதோம். அவன் ஒருநாள் பஸ்ஸில் போய்க்கொண்டு

இருந்தான். ஒருவரின் பர்ஸ் திருடுபோய்விட்டது. அப்போது எல்லாருமே இவன்தான் திருடியிருப்பான் என்று நினைத்து, இவனையே பார்த்தார்களாம். அந்த அரை மணி நேர பஸ் பயணத்தை மிகக் கொடூரமான நரகம் என்று வர்ணித்தவன், தான் இறங்க வேண்டிய இடத்துக்கு முன்னதாகவே இறங்கி ஓடினானாம். கொஞ்சம் அசிங்கமாக, கறுப்பாக இருந்தாலே அவன் திருடனாகத்தான் இருப்பான் என்று நினைக்கக்கூடிய மனோபாவம் இன்றும் இருப்பதுதானே. அதில் இருந்துதான் மனித உரிமை இயக்கத்துக்காக என்னை நான் ஒப்படைக்க வேண்டும் என்று முடிவெடுத்தேன். டர்பனில் நடந்த மாநாட்டுக்கு என்னை அவர்கள் அழைத்துச் சென்றார்கள். 'இந்தியாவில் எத்தனையோ கொடுமைகள் நடக்கின்றன. ஆனால், அதற்கான ஆதாரங்கள், சாட்சியங்கள் இல்லை' என்றார்கள். இதை மனதில்வைத்துதான் 'எவிடென்ஸ்' ஆரம்பித்தேன். அந்த உற்சாகத்துடன் மதுரை வந்தேன்.

மக்கள் கண்காணிப்பகத்தில் சில காலம் இணைந்து பணியாற்றினேன். ஒருநாள் தற்செயலாக மாலைப் பத்திரிகையில் ஒரு செய்தி. காவல் நிலையத்தில் ஒருவர் இறந்துபோனதாகவும் பிரேதப் பரிசோதனை செய்ய வேண்டாம் என்று குடும்பத்தினரே எழுதிக்கொடுத்து விட்டார்கள் என்றும் செய்தி. அருப்புக் கோட்டைக்குப் பக்கத்தில் இருக்கிற அந்தக் கிராமத்துக்குப் போனேன். பிணத்தை அடக்கம் செய்வதற்காகக் குழி தோண்டிக்கொண்டு இருந்தார்கள். 'போஸ்ட்மார்ட்டம் பண்ணாமல் பிணத்தை அடக்கம் பண்ணக் கூடாது' என்று எவ்வளவோ சொல்லியும் ஊர்க்காரர்கள் கேட்கவில்லை. 'இந்த மரணத்தில் சந்தேகம் இருக்கிறது' என்றேன். 'அவரே செத்துட்டார். அப்புறம் என்ன?' என்று எனக்குச் சமாதானம் சொன்னார்கள் அந்த அப்பாவிகள். அவர்களுக்கு எப்படிப் புரியவைப்பது என்று தெரியவில்லை. அந்தக் குழிக்குள் நானே போய் உட்கார்ந்துகொண்டேன். அதற்குப் பிறகுதான் நான் சொல்வதில் ஏதோ அர்த்தம் இருப்பதாக நினைத்தார்கள். அவர்களிடம் கையெழுத்து வாங்கி போலீஸ், ஆர்.டி.ஓ-வுக்குத் தகவல் சொல்லி, என நள்ளிரவு ஆனது. இரவு 12 மணிக்கு பிரேதப் பரிசோதனை செய்யவைத்து அது இயற்கை மரணம் அல்ல என்று நிரூபித்தோம்.

பள்ளிப்பாளையத்தில் 58 குடும்பங்கள் கொத்தடிமையாக இருந்தன. கிழிந்த லுங்கி, சட்டையுடன் மூன்று நாட்கள் அவர்களுடன் தங்கி வாக்குமூலங்கள் வாங்கி கலெக்டரிடம் கொடுத்தேன். அவர் ஆர்.டிஓ-வுடன் என்னையும் அந்த

இடத்துக்கு அனுப்பிவைத்தார். விசைத்தறி வைத்திருப்பவர்கள் 400 பேர் கூடி எங்களை வளைத்துவிட்டார்கள். ஆர்.டி.ஓ-வைக் கடத்திக்கொண்டு போய்விட்டார்கள். என்னை அடித்து, சட்டையைக் கிழித்து பிரச்னை அதிகமானது. ஒருவன் பெட்ரோல் கேனைத் தூக்கிக் கொண்டுவந்து என் மீது ஊற்ற முயற்சிக்கும்போது போலீஸ் வந்துவிட்டது. அன்று கொஞ்சம் தாமதம் ஆகியிருந்தால், அதிகபட்ச விபரீதத்தை அன்றே சந்தித்திருப்பேன். உணர்ச்சியும் உயிரோட்ட முமான இந்த வாழ்க்கை எனக்குப் பிடித்திருக்கிறது. இந்தச் சில ஆண்டுகளிலேயே 800-க்கும் மேற்பட்ட மனித உரிமைப் பிரச்னைகளில் நான் நேரடியாகத் தலையிட்டு இருக்கிறேன். 350 தலித் மரணங்களின் உண்மைக் காரணங்களை உலகுக்குச் சொல்லப் போராடி வருகிறேன்.

'நடந்தது நடந்ததாக இருக்கட்டும்' என்று பெரிய மனிதர்கள் சொல்வார்கள். அப்படி இருக்க முடியாது என்று சொல்பவர்களே மனித உரிமைப் போராளிகள். இரண்டாம் உலகப்போர்க் கொடுமைகள் நடந்து முடிந்ததும், 'கடந்த காலப் பயங்கரங்களை மூடி மறைத்துத் திரை போட்டுக்கொள்ள வேண்டும்' என்று சர்ச்சில் சொன்னபோது, அமெரிக்கத் தத்துவவாதி ஜார்ஜ் சான்டாயனா சொன்னான், 'பழையதை மறப்பவர்கள் அதை மீண்டும் செய்யக் கூடியவர்கள்' என்று. எந்த அநியாயம் நடந்தாலும் அதற்குப் பரிகாரம் காண வேண்டும். அதில் மிக முக்கியமானது மனிதனின் அடிப்படை உரிமைகள் மீறப்படுவது. கொடுங்கோன்மை மனப்பான்மையும் ஒருவரை ஒருவர் அடக்கியாளும் போக்கும் மனித இயல்பின் உள்ளார்ந்த ஒரு பகுதி. இதை மாற்றியாக வேண்டும்.

படபடப்பு இல்லாத நாடு அமைதியாக இருப்பதாக அர்த்தம் இல்லை. நீதியுள்ள நாடுதான் அமைதியானது. பஞ்சமனோரமா என்ற மணிப்பூர் பெண்ணை ராணுவவீரன் ஒருவனே கற்பழித்தபோது, அனைத்து மணிப்பூர் பெண்களும் தங்களது ஆடைகளைக் களைந்துவிட்டு ரோட்டுக்கு வந்தார்களே, என்ன காரணம்? மானத்தைவிட மேலானது மனித உரிமை என்பதால் அல்லவா? பர்மாவில் ஆங்-சாங்-சூகி 20 ஆண்டுகளாக வீட்டுச் சிறையில் வைக்கப்பட்டுள்ளார். பர்மாவின் ராணுவ ஆட்சிக்கு எதிராக தனியொரு பெண்ணாக இன்று உலகத்தின் கவனத்தை ஈர்க்கிறார். அவர் சொன்னார், 'பயத்தை அடித்து நொறுக்குங்கள்'. இதுதான் மனித உரிமை ஆர்வலர்களின் அரிச்சுவடி. 39 வயதில் முடிந்து போன மால்கம் எக்ஸின் வார்த்தை, இன்று ஒவ்வொரு மனிதனுக்கும் வேதவாக்காக

இருக்க வேண்டும். 'எதற்கும் நிற்காதவன் எல்லாவற்றிலும் வீழ்ந்துவிடுவான்' என்றார்.

அப்படியானால் எல்லாவற்றுக்கும் மற்றவர் கஷ்டத்துக்கும் நிற்பவனுக்கு என்ன பெயர்? எங்கெல்லாம் தனிமனிதனது சுதந்திரம் பறிபோகிறதோ, அங்கெல்லாம் குரல் கொடுக்கும் மனித உரிமையாளனே அவன். பெரும்பாலும் மருத்துவமனைகளில், பிணவறை வாசல்களில், காவல் நிலையங்களில் என்னைப் போன்ற மனித உரிமை ஆர்வலர்களின் காலங்கள் கழியலாம். 'செத்த பிணங்களுக்காகப் போராடுபவர்கள்' என்று பலர் கிண்டலும் செய்யலாம். அவர்களுக்கு நாங்கள் சொல்வது இதுதான், 'ஊருக்கு உழைத்திடல் யோகம். அதிகாரவர்க்கத்துக்கு எதிராக உழைத்திடல் இன்னும் யோகம்!"

வேலு சரவணன்

குழந்தைகளுக்குள் சிக்கினால், வேலு சரவணனாக நுழைந்து 'வேலு மாமா'வாக வெளியில் வரும் நாடகக் கலைஞன்... தமிழகத்தின் நாகரிகக் கோமாளி!

"யாம் இசையா, புல்லாங்குழல் இசையா, எது இன்பம் என்று வள்ளுவரிடம் கேட்டால், 'நீ பெத்த பிள்ளை பேசுவதைக் கேளு அதுதான் கண்ணு இனிமையானது' என்று சொல்வார். உலகத்திலேயே சுவையான சாப்பாடு எது என்று கேட்டால், 'உன் குழந்தையோட கை பட்ட கூழ் இருக்கே அதுதான் நண்பா சுவையானது' என்பார். வள்ளுவன் சொன்னதில் எது பொய்த்தது? குழந்தையே இசை, தென்றல், சுவை, அமிழ்தம். குழந்தைகள், குதூகலத்தின் சின்னங்கள்!

'ஞானிகள் அடையும் மோன நிலையே பச்சிளம் குழந்தையின் இயல்பான மறுவடிவம்' என்கிறது ஜென் தத்துவம். பிரெஞ்சு மதவாதி ஆலிவர் கிளமெண்ட், 'குழந்தைகள் உறங்குகின்றன. துறவிகள் பிராத்திக்கிறார்கள்' என்று சொன்னார். பத்து, நூறாய் குவியும் குழந்தைத் தோட்டத்தில் நித்தமும் புரண்டுகிடக்கும் பாக்கியம் எனக்குக் கடவுள் கொடுத்த வரம்.

பிறந்தது புதுக்கோட்டை. வளர்ந்ததும் படித்ததும் அருப்புக்கோட்டை. பி.எஸ்ஸி. படித்தேன். எம்.எஸ்ஸிக்கு இடம் கிடைக்கவில்லை. என் அண்ணன், 'நடிக்கிறதைப்பத்தி படிக்க வேண்டியதுதானேடா' என்று தூண்டிவிட்டார்.

பாண்டிச்சேரியில் அந்தப் படிப்பு இருப்பதாகக் கேள்விப்பட்டு பஸ் ஏறினேன். இந்திரா பார்த்தசாரதியின் தலைமையில் இயங்கியது நாடகத் துறை. ஒரு விழாவுக்கு இயக்குநர் பாலசந்தர் வருவதாகச் சொன்னார்கள். எல்லாரும் நாடகம் தயாரித்தார்கள். நான் 'கடல்பூதம்' என்ற குழந்தைகள் நாடகத்தைத் தயாரித்தேன். மொத்தப் பார்வையாளர்களையும் இது அசத்தியது. அன்று முதல் குழந்தை பூதம் என்னைக் கடத்திச் சென்றது. 3 ஆயிரம் இடங்களில் இந்த நாடகத்தை நடத்தியிருக்கிறேன்.

பாண்டிச்சேரி பள்ளிக் கல்வி இயக்குநர் ஜான் லூயிஸ் இந்த நாடகத்தைப் பார்த்திருக்கிறார். 'அனைத்துப் பள்ளிக் குழந்தைகளுக்கும் இந்த நாடகத்தைப் போட்டுக் காண்பிக்கலாம்' என்று சொல்லிவிட்டார். பாண்டிச்சேரியில் போகாத பள்ளி இல்லை, நடிக்காத நாள் இல்லை என்று நித்தமும் சிறுவர், சிறுமியர்களுடன் அலைந்தேன். சுவிஸ், ஜெர்மன் நாட்டுப் பிள்ளைகளுக்கும் நாடகம் போட்டிருக்கிறேன். இங்கு உள்ள தெருவோரச் சிறார்களுக்காகவும் நடித்திருக்கிறேன்.

சுனாமியால் சூழப்பட்டு வாழ்க்கையை இழந்த மீனவக் குழந்தைகளுக்காக நாடகம் போட்டேன். பல மாதங்களாகச் சிரிப்பை மறந்திருந்த பிள்ளைகள் முதல் முறையாக என்னுடைய 'தேவலோக யானை' பார்த்துச் சிரித்தார்கள். கிளின்டன் கடலூர் வந்தபோது, அவருக்காக மீண்டும் ஒருமுறை மீனவக் குழந்தைகளுக்கு அதே நாடகத்தை நடித்தேன். 'வேலு மாமா ஒன்ஸ்மோர்' என்று கிளின்டன் அப்போது கத்தினார். இப்போது சிறுவர் சீர்திருத்தப் பள்ளிச் சிறுவர்களுக்கும் சொல்லிக்கொடுக்கிறேன். 'எந்தக் குழந்தையும் நல்ல குழந்தைதான் மண்ணில் பிறக்கையிலே... அவர் நல்லவராவதும் தீயவராவதும் அன்னை வளர்ப்பினிலே!'

'குழந்தையே தாயாகவும், பெற்ற தாயே குழந்தையாகவும் மாறுகிறாள்' என்று 60 ஆயிரம் தாய்மார்களுக்கு வைத்தியம் பார்த்த பிரிட்டிஷ் டாக்டர் வின்னிகாட் சொன்னார். குழந்தையைப் பார்த்தபடி பேசுவது, தாய்ப்பால் ஊட்டுவது, மடியில் படுக்கவைத்திருப்பது, இடுப்பில் தூக்கிச் செல்வது இந்த நான்கையும் திருப்தியாக அனுபவிக்கும் குழந்தை தான் பிற்காலத்தில் மெச்சத்தக்கதாக இருக்கும்.

ப. திருமாவேலன்

இந்தக் காலத்துப் பெற்றோர்கள், அதீத ஆர்வமாக இருக்கிறார்கள். எல்லாவற்றுக்கும் பயப்படுகிறார்கள். இதைச் செய்யாதே, அதைச் செய்யாதே என்று ஆர்டர் போட்டே பிள்ளைகளைக் காலி செய்துவிடுகிறார்கள். குழந்தை கண் திறந்தால், அது பார்ப்பது அத்தனையும் அதிசயம். வெளிச்சமும், காற்றும், தண்ணீரும், வானமும், பறவையும், நாயும்... அத்தனையும் அதற்கு அதிசயம். இதன் குணாம்சங்களைக் குழந்தை தானாகவே அறிய வேண்டும். 'அவனைப்போல வரணும், என் தொழிலை நீதான் பார்த்துக்கணும், என் சொத்தைக் காப்பாத்துவியா, எனக்குக் கடைசிக் காலத்துல கஞ்சி ஊத்துவியா?' என்பவை மட்டுமே வாழ்க்கையா என்ன? 'குழந்தையும் தெய்வமும் ஒன்று' என்பார்கள். தன்னுடைய சுயநலத்துக்காகக் கடவுளை வணங்கவும் கூடாது. குழந்தைகளை வளர்க்கவும் கூடாது. இரண்டுமே பாவம்.

பெற்றோர்களைவிட எனக்கு ஆசிரியர்கள் மீதுதான் அதிகக் கோபம் இருக்கிறது. 'ஹோம் வொர்க் பண்ணு, மனப்பாடம் பண்ணு, அதைச் செய், இதைச் செய்...' என்று பிள்ளைகளை வேலை வாங்குவதுதானா டீச்சர்கள் வேலை? 20 வருடங்களுக்கு முன்பு, வாத்தியார்களைச் சுற்றி பிள்ளைகள் சூழ்ந்துகொள் வார்கள். டீச்சரை வீட்டுக்கு வந்து விட்டுவிட்டுப் போவார்கள். இப்போது அப்படி இல்லையே, ஏன்? வாத்தியார்கள் அப்படி இல்லை.

தமிழாசிரியர் வருகிறார், கற்பனை வளம் பெருகும். அறிவியல் பாடம் நடத்தினால், அதிசயங்களை அறிய லாம். கணக்கு போட்டால் த்ரில்லாக இருக்கும். வரலாறு படித்தால் ஆச்சர்யமாக இருக்கும் என்று எந்த மனநிலை மாற்றமும் இல்லாமல், எல்லா வகுப்பு களும் ஒரே மாதிரி 'சைலன்ஸாக' இருந்தால் கல்வித் தரமும் குழந்தையின் தரமும் எப்படி உயரும்? கலைகள் சூழ்வதைக் குழந்தை மனம் விரும்பும். எல்லாப் பள்ளிகளிலும் ஒரு நாடக ஆசிரியர் இருக்கட்டும். கோமாளி வாத்தியார் இருந்தால், அந்தப் பள்ளியின் சூழ்நிலை நிச்சயம் மாறும்.

ரூசோ, மாண்டிசேரி, காந்தியடிகள் ஆகிய மூன்று பேர்தான் குழந்தைகளை முற்றும் முழூதாக உணர்ந்த மூத்தவர்கள். ரூசோ, 'எமிலி' என்ற புத்தகத்தைப் படைத் தார். அவரே ஒரு கற்பனைச் சிறுவனை உருவாக்கினார். 'குழந்தையைக் குழந்தையாகப் பாருங்கள். சிறு மனிதனாகப் பார்க்காதீர்கள்' என்பார். குழந்தைகளுக்கு ஒரு மணி நேரம் சொல்லித்தருவதைவிட ஐந்து நிமிடங்கள் செய்துகாட்டினால் அப்படியே படித்து விடும்

என்று கல்வி முறையில் ஒரு மாற்றத்தைக் கொண்டுவந்தார் மாண்டிசேரி. 'கல்லும் சாந்தும்கொண்டு கட்டிய கட்டடங்கள் கல்வி நிலையங்கள் ஆகாது. சிறுவரும் சிறுமியரும் தினந்தோறும் நம் கண்ணுக்குத் தெரியாமல் கட்டிக்கொண்டு இருக்கிறார்கள்' என்று குழந்தைகளுக்கு மகுடம் சூட்டினார் மகாத்மா காந்தி.

சென்னையில் வியாசா மெட்ரிகுலேஷன் பள்ளிக் குழந்தைகளுக்கு 'தேவலோக யானை' நாடகம் கற்றுக் கொடுக்கப் போயிருந்தேன். மதியம் சாப்பாட்டு நேரம் வந்தது. 'அங்கிள் நீங்க எங்களோட சாப்பிடுங்க' என்று மூன்றாம் வகுப்பு படிக்கும் பிள்ளைகள் சூழ்ந்துகொண்டனர். 20 பேர் சுற்றிலும் உட்கார்ந்து உருட்டிக் கொடுத்தார்கள். உள்ளே தள்ளிக்கொண்டே இருந்தேன். சாப்பிட்டுக் கை கழுவும்போது கண் கலங்கினேன். யாரைக் கேட்டாலும் தன் குழந்தைகளுக்காக வாழ்வதாகச் சொல்வார்கள். ஆனால், நான் குழந்தைகளால் வாழ்கிறேன்!"

✳